கலையாத கனவுகள்

ம.சுரேந்திரன்

பாரதி புத்தகாலயம்

Kalayatha Kanavukal

M. Surendran

First Published: September, 2022

Published by
BOOKS FOR CHILDREN
im print of Bharathi Puthakalayam
7, Elango Salai, Teynampet, Chennai - 600 018
Email: bharathiputhakalayam@gmail.com | www.thamizhbooks.com

கலையாத கனவுகள்

ம. சுரேந்திரன்

முதல் பதிப்பு: செப்டம்பர், 2022

வெளியீடு:

பாரதி புத்தகாலயம்

7, இளங்கோ சாலை, தேனாம்பேட்டை, சென்னை - 600 018.
தொலைபேசி : 044-24332424, 24330024 | விற்பனை: 24332924

விற்பனை நிலையங்கள்

அருப்புக்கோட்டை: கதவுஎண் 49 A/4 மெயின் ரோடு, தெற்கு தெரு - 9994173551
ஈரோடு: 39: 39 ஸ்டேட் பாங்க் சாலை - 9245448353
கரூர்: நாரத கானசபா அருகில் (TNGEA OFFICE)- 9442706676
காரைக்குடி : 12, 2 வது தெரு, கம்பன் மணிமண்டபம் பின்புறம் - 9443406150
கும்பகோணம்: 352, ரயில் நிலையம் எதிரில் - 9443995061
குன்னூர்: N.K.N வணிக வளாகம் பெட்போர்ட்
கோவை: 77, மசக்காளிபாளையம் ரோடு, பீளமேடு - 8903707294
சிதம்பரம்: 22A / 18B தேரடி கடைத் தெரு, கீழவீதி அருகில் - 9994399347
செங்கல்பட்டு: 1 D ஜி.எஸ்.டி சாலை - 044 27426964
சேலம்: 15, வித்யாலயா சாலை சாலை
சேலம்: பாலம் 35, அத்வைத ஆஸ்ரமம் சாலை 0427 2335952
தஞ்சாவூர்: காந்திஜி வணிக வளாகம் காந்திஜி சாலை - 9655542400
திண்டுக்கல்: பேருந்து நிலையம் - 9942331105, 9976053719
திருச்சி: வெண்மணி இல்லம், கரூர் புறவழிச்சாலை - 9994289492
திருநெல்வேலி: 25கி, ராஜேந்திரநகர் - 9442149981
திருப்பூர்: 447, அவினாசி சாலை - 9486105018
திருவண்ணாமலை: முத்தம்மாள் நகர்
திருவல்லிக்கேணி: 48, தேரடி தெரு - 9444428358
திருவாரூர்: 35, நேதாஜி சாலை - 9442540543
நாகர்கோவில்: 699 கே.பி.ரோடு R.V.புரம் - 9443450111
நெய்வேலி: பேருந்து நிலையம் அருகில், - 9443659147
பழனி: பேருந்து நிலையம் அருகில் - 7010760693
பாண்டிச்சேரி : கிழக்கு கடற்கரைச்சாலை, இலாசுப்பேட்டை, 9486102777
பெரம்பூர்: 52, கூக்ஸ் ரோடு - 9444373716
மதுரை: 37A, பெரியார் பேருந்து நிலையம் - 045 22324674
மதுரை: சர்வோதயா மெயின்ரோடு
வடபழனி: பேருந்து நிலையம் எதிரில் அடையார் ஆனந்தபவன் மாடியில் - 9444476967
விருதுநகர்: 131, கச்சேரி சாலை - 0456 2245300
வேலூர்: பேஸ் III, சத்துவாச்சாரி - 9442553893

நினைத்த நூல்கள்... நினைத்த நேரத்தில்...

BharathiTV | www.bookday.in

thamizhbooks.com   8778073949

அச்சு : பிரிண்டெக், சென்னை - 600 005.

சமர்ப்பணம்

என் பால்ய காலத்தை இனிமையாக்கிய

என் பள்ளிக்கால நண்பர்களுக்கும்

அறிவூட்டி ஆளாக்கிய பள்ளிக்கூட ஆசிரியர்களுக்கும்...

அணிந்துரை

முனைவர் ச. உஷா
தமிழ்த் துறைத் தலைவர்,
அண்ண ஆதர்ஷ் மகளிர் கல்லூரி,
சென்னை- 40.

கலையாத கனவுகள். பெயர்க்கேற்ப படித்து முடித்தாலும் கலையாத கனவுகளாகவே கதைக்கருவை மனதில் நிறைத்திருக்கின்றார் ஆசிரியர். அக்காலச் சிறுவர்களின் வளர்ச்சி அவர்களின் விருப்பத்திற்கேற்ப அல்லாமல் சூழலுக்கேற்ப அமைந்திருந்ததையும் அதில் வாட்டங்கள் பல இருப்பினும் நாட்டங்கள் துணை கொண்டு வாழ்வில் நிறைவை எட்டியுள்ளதையும் நாம் அறிய முடிகின்றது.

ஏதோ ஒரு கதாபாத்திரம் ஏதோ ஒரு நிகழ்விலேனும் நம்மைப் பின்னோக்கி நகர்த்தி நம்மையே பார்ப்பதுபோல் நம்மை உணரச் செய்துள்ளது ஆசிரியரின் வெற்றி.

மாணவரைத் திருத்தும் போதும் கற்பிக்கும் போதும் ஆசிரியர் கையாளும் திறன், பாபு என்ற பாத்திரத்தின் வழி உறவினர் வீட்டில் உரிமையற்ற வசதி, தன் வீட்டில் வசதியற்ற உரிமை, வயதிற்கேற்ற படபடப்பும் குறும்பும் எனப் பல்வேறு உளவியல் சிக்கல்களை மிகுந்த கவனத்துடன் எடுத்துரைத்துள்ளது வியப்புக்குரியது.

கற்கும் ஆர்வமும் திறமையும் இருப்பினும் வாய்ப்பற்ற மணிமாறன் மற்றும் வாய்ப்பை நழுவவிடினும் மீண்டும் கிடைத்த வாய்ப்பைப் பயன்படுத்திய பாபு இருவரின் பாத்திரப் படைப்புகளும் இருவேறு முனைகள்.

முதல் அத்தியாயத்தில் அறிமுகமாகும் நீர்க்கோழியைப் பத்தாம் அத்தியாயத்தில் வளர்த்து நாவலின் இறுதியில் குறியீடாக அமைத்திருப்பது போற்றற்குரியது. நேர்மைக்கான பரிசாக

கிடைக்கும் தண்டனை கூட வரமாகத்தான் மாறும் என்பதனை அழகாக உரைத்துள்ளார் ஆசிரியர். எத்துனை இடர் வரினும் நேர்மை தவறாக பாபுவின் வளர்ச்சி இன்றைய மாணவருக்கு ஓர் சிறந்த எடுத்துக்காட்டு. இளவயதில் கட்டுக்கதைகளில் ஆர்வம் மிகுந்திருந்த பாபு, முதுவயதில் சமூகநலனில் ஆர்வம் மிகுந்தவனாக காட்சியளித்திருப்பது வாசகரிடையே பெரும் வரவேற்பைப் பெறும்.

பள்ளிப் பருவத்தினரின் மீளிணைப்பு வெறும் பழங்கதைகளின் நினைவுகளாக மட்டும் அமையாமல் சமூகத்தின் புனரமைப்பிற்கு அடித்தளமாக அமைவதாக இரண்டாம் பாகத்தை வளர்த்தெடுத்துள்ளது மிக அருமை.

கல்வியின் பயன், பாலப்பருவ வாழ்வு, உறவுகளின் நிலைப்பாடு, கற்பித்தலைத் தாண்டிய ஆசிரியரின் அறிவு போதனை, பணியில் இடர்பாடு, மகனைப் பிரிதல் மற்றும் கல்வித் தடை போன்ற வறுமையின் விளைவுகளைத் தன் படைப்பில் மெருகேற்றியுள்ளார் ஆசிரியர். அவரது முயற்சிகள் மென்மேலும் தொடரவும் வெற்றி பெறவும் வாழ்த்துகள்.

நன்றி !

வாழ்த்துரை

மாடக்குச் சித்திரமும் மாநகர்க்குக் கோபுரமும்
ஆடுஅமைதோள் நல்லார்க்கு அணியும்போல்– நாடிமுன்
ஐது உரை நின்ற அணிந்துரையை எந்நூற்கும்
பெய்து உரையா வைத்தார் பெரிது

– நன்னூல் 55

மாளிகைகளுக்கு நல்ல ஓவியங்களும், நகரங்களுக்குச் சிறந்த தலைவாயிலும், பெண்களுக்கு அணிகலன்களும் எவ்வாறு சிறப்புக்குச் சிறப்பு சேர்க்கின்றனவோ அதுபோல ஒரு நல்ல நூலுக்கு ஓர் அணிந்துரை சிறப்பு சேர்க்கிறது. அவ்வகையில் இந்நூல் முனைவர் திருமதி. ச. உஷா அவர்கள் அணிந்துரை மூலம் சிறப்பு பெற்றுவிட்டது.

என்னைப் பொறுத்தவரை ஒரு நல்ல நாவல் என்பது படிப்பவர்களைத் தன்னுள் இறக்கித் தன்னுடன் இறுதி வரை பயணிக்க வைக்க வேண்டும். அந்த வகையில் இந்நாவல் என்னைக் கவர்ந்தது. படிப்பவர் அனைவரும் இதனூடே விலகலின்றிப் பயணிப்பர் என்பது நிச்சயம்.

அனைவருக்கும் அனுபவங்கள் வாய்க்கப் பெறுகின்றன. அவற்றை நினைவில் நிறுத்தி, எழுத்தில் வார்த்து மற்றவர்க்கும் பகிர வேண்டும் என்ற எண்ணம் அனைவருக்கும் எழாது. ஆனால், அந்தப் பணியை ஆசிரியர் இந்த நாவல் மூலம் மிகச் சிறப்பாகச் செய்திருக்கிறார்.

இந்த நாவலில் வர்ணனைகள் மிகையின்றி இயல்பான போக்கில் செல்கின்றன. தன் எழுத்தின் வன்மையை முன்னிறுத்த முனைப்படாமல், அனுபவங்களின் தன்மையை சமரசமின்றி செதுக்கியிருப்பது ஆசிரியரின் எழுத்து நடைக்கு ஏற்றம் தருகிறது.

அந்தக் காலங்களில், சிறுவர் சிறுமியர் அவர்களது உறவினர்களால் வளர்க்கப்பெறுவது என்பது அந்தக் கால மக்களின் பரந்த மனதைக் காட்டுகிறது. நானும் என் மாமா வீட்டில் வளர்ந்தவன் என்பதாலும், கதைநாயகன் பாபுவுக்கு ஏற்பட்ட அனுபவங்கள் எனக்கும் ஏற்பட்டுள்ளதென்பதாலும் என்னால் சற்று அதிகமாகவே இந்த நாவலுடன் தொடர்பு கொள்ள முடிகிறது.

பாம்பாட்டி (மோடி மஸ்தான்)மிரட்டலுக்குக் கட்டுப்பட்டு நிற்றல், பள்ளியில் காம்பௌண்ட் சுவரில் கோடு வரைந்து, கொடிக்கம்பத்தின் நிழல் அக்கோட்டின் மீது விழும் வேளையில், அன்றைய நாளின் கடைசி மணி அடிக்க காத்திருத்தல். எறிபந்து விளையாடிப் பின், குளிக்கையில், முதுகு எரிந்துத் தவித்தல், ஆங்கில வகுப்பில் ஆசிரியர் பத்தி பத்தியாக மாணவர்களை படிக்க இழுக்கையில், தன் இடத்தைக் கணக்கில் கொண்டு முன்னமேயே தனக்கு வரவிருக்கும் *Para*வை மனதிற்குள்ளேயேப் பயிற்சி செய்தல், இப்படி அனைத்து நிகழ்வுகளையும் ரசித்தேன். இது போன்று பலர் வாழ்விலும் ஏற்பட்ட பல சம்பவங்கள் இந்நாவலில் வடிக்கப் பெற்றவையுடன் சாயல் கொண்டிருக்கும், படிக்கும் அனைவரும் ரசிப்பர் என்பது நிச்சயம்.

தேர்ச்சி பெற்ற திரைப்பட இயக்குனர்கள், தனது படங்களில் ஒரு அஃறிணை உயிரினத்தையும் படம் முழுவதும் ஒரு கதாபாத்திரமாகக் கொண்டு செல்வதுபோல நீர்க்கோழியை இக்கதையில் வைத்திருப்பது ஒரு தனியழகு.

கற்றல் இடைநிற்றல் என்பது அக்காலம் முதல் இக்காலம் வரை நிகழும் ஒரு வேதனையான ஒரு நிகழ்வு. இருப்பினும் அவ்வாறு ஒரு நிலை ஏற்பட்ட மணிமாறன் எவ்வாறு வாழ்க்கையில் தன் திறமையால் முன்னேறினான் என்பது நேர்மறைப் பதிவு.

இந்நாவலை வெறும் நிகழ்வுகளின் தொகுப்பாக மட்டும் இல்லாமல், இறுதியில், பாபுவின் முயற்சியால் அவர் கிராமத்தின் ஏரி தூர்வாரப்பட்டு அன்றிரவே மழை பொழிந்து ஏரி நிரம்பியது என்று முடித்திருப்பது மன நிறைவைத் தருகிறது. நாம் ஓரடி இயற்கையை நோக்கி முன்னெடுத்தால் அது நம்மை நோக்கி இரண்டடி வரும். இந்த நாவல் அனைவரையும் சென்றடையவும், ஆசிரியர் மேலும் இது போன்ற பல முயற்சிகளை மேற்கொள்ளவும் மனமார்ந்த வாழ்த்துகள்.

அர. முரளி

பொதுமேலாளர், நிதி

சென்னை மெட்ரோ, இரயில் லிட்

கோயம்பேடு, சென்னை-107.

முன்னுரை

குழந்தைகள் அவர்களின் மன வளர்ச்சி, பாடச்சுமை குறித்தெல்லாம் இன்று மிக அதிக அளவில் பேசப்படுகிறது.

குழந்தைப் பருவமும், பால பருவமும் ஒவ்வொரு மனிதனின் வாழ்க்கையிலும் மிக உன்னதமான காலங்களாகும். அது ஏழை பணக்காரன் என்ற வித்தியாசமற்றது. ஜாதி மத பேதங்களை உணர முடியாத பருவம் அது.

அதிலும் குழந்தைகளின் மனம் மென்மையானது. இவர்களின் மனோ ராஜ்யம், கடலை விடவும் பரந்தது. அவர்களின் எண்ணங்கள், ஆசைகள், கனவுகள், கற்பனைகள் அனைத்தும் எந்த ஒரு வரையறைக்குள்ளும் சிக்காதவை. அது ஓர் அழகிய அதிசய உலகம்.

வளர்ந்தவர்களும், பெரியவர்களும் தாங்கள் அனைவரும் ஒரு ரம்மியமான குழந்தை பருவத்தைத் தாண்டி வந்திருக்கிறோம் என்பதை கிட்டத்தட்ட முற்றிலுமாக மறந்து போய்விட்ட நிலையில் இருப்பதை நாம் உணரவும், காணவும் முடிகிறது.

புதிதாய் உலகத்தைப் பார்க்கும் குழந்தை, தான் ஒவ்வொரு செய்தியை அறிந்து கொள்ளும்போதும் அதை ஒட்டி தனக்கே உரித்தான ஒரு மனோராஜ்யத்தை ஏற்படுத்திக் கொள்கிறது. அது குழந்தைகளுக்கு மட்டுமே புரியக்கூடிய ஓர் உன்னத உலகம். குழந்தைகளின் உணர்வும், உள்ளமும் மெல்ல மெல்ல வளர்ந்து ஓர் சமூகச் சூழலுக்கு உட்படுத்தப்பட்டு பெரும் இரசாயன மாற்றத்துக்கு உள்ளாகி பின் முற்றிலும் ஒரு மனிதனிடமிருந்து மறைந்தே போய்விடுகிறது.

Child is the father of man என்ற ஆங்கிலக் கவி Wordsworthன் ஐந்து வார்த்தைகளுக்குள் அடங்கிக் கிடக்கும் மாபெரும் தத்துவார்த்த சிந்தனைகளை அவ்வளவு சுலபமாக யாராலும் விவரிக்க இயலாது.

இன்றைக்கு வாழும் குழந்தைகளின் பால பருவமும், இன்று 50, 60 வயதிலுள்ள ஒரு மனிதனின் அந்த கால பால பருவமும்

ஒப்பிட்டுப் பார்க்க இயலாதவாறு மிகுந்த மாற்றங்களுக்கும், மிகுந்த வேறுபாடுகளுக்கும் உள்ளாகிப் போய் இருப்பது ஒரு முக்கிய விஷயமாகும்.

இதற்கு பல்வேறு சமூக, பொருளாதார. விஞ்ஞான மாற்றங்கள் காரணமாய் இருப்பதை நாம் அனைவரும் அறிவோம். ஆனால் 50 ஆண்டுகளுக்கு முந்தைய காலத்தில் வாழ்ந்த குழந்தைகள் வாழ்க்கையில் அனுபவித்த சுதந்திர உணர்வும் மகிழ்ச்சியும் உற்சாகமும் இன்றைய குழந்தைகளுக்கு கிடைக்காமலேயே போய்விட்டது என்று கூறினால் மிகையாகாது.

அந்த வகையில் 40, 45 ஆண்டுகளுக்கு முன்னால் ஒரு பள்ளிக்கூட பையனின் வாழ்க்கை சம்பவங்கள் எப்படி இருந்தது என்று ஏதாவது ஒரு இடத்தில் பதிவு செய்யப்பட வேண்டும் என்ற என் வேட்கையின் விளைவே இந்த சிறுநாவல். குழந்தைகள், அவர்களின் மன உணர்வுகள் பற்றிய பதிவுகள் தமிழில் அதிகம் இல்லையென்றே சொல்லத் தோன்றுகிறது. ஒவ்வொரு தனிமனித வாழ்விலும் ஏற்பட்டிருக்கக்கூடிய, மறக்கமுடியாத, துடிப்பும் உற்சாகமும் மிக்க பள்ளிப் பருவ நாட்கள் பற்றிய ஒரு படப்பிடிப்பே இந்த நாவல்.

இந்த நாவலில் வரும் பாபுவின் எண்ணங்களும் செயல்களும் ஏதாவது ஒரு வகையில் இதைப் படிக்கும் வாசகரின் வாழ்க்கையோடு ஒத்துப்போகக் கூடியதாக நிச்சயம் இருக்கும் என்ற நம்பிக்கை எனக்கு உண்டு.

குழந்தை இலக்கியங்கள், குழந்தைகள் படிப்பதற்கு மட்டுமன்று. குழந்தைகளை வளர்த்து ஆளாக்குவதில் பெரும் பங்கு வகிக்கும் பெரியவர்களுக்கும் மிகவும் தேவையாக இருக்கிறது.

அந்த வகையில் இந்த நாவல் அன்று குழந்தையாகவும் இன்று பெற்றோராகவும் இருக்கும் ஒவ்வொருவருக்கும் குழந்தைகளின் மனோ ராஜ்ஜியத்துக்குள் ஒரு முறை எட்டிப்பார்க்கும் வாய்ப்பைக் கொடுக்கும் என்றே நம்புகிறேன்.

இயற்கையோடு இயைந்த கடந்த காலத்தையும், சீரழிந்துப்போன இன்றைய சூழலையும் இந்த நாவலின் இரண்டாம் பகுதி சொல்லிப் போகிறது.

இழந்துப்போன இயற்கை அழகை மீட்கவே முடியாதோ என்ற ஆதங்கமும், முயன்றால் முடியலாம் என்ற ஆசையுமே, கதையின் பிற்பகுதி.

36 ஆண்டுகால இரயில்வேப் பணியில் இருந்து ஓய்வு பெற்றபின், சென்னை மெட்ரோ இரயில் நிறுவனத்தில் மீண்டும் பணியாற்ற வாய்ப்புக் கிடைத்தது என் நல்லூழ் என்றே எண்ணுகிறேன். புதிய இடத்தில் புதிய சூழலில் புதுப்புது மனிதர்கள். நான் பணிபுரியும் நிதித்துறையின் பொதுமேலாளர் திரு.அர.முரளி அவர்கள் தமிழில் புலமையும் ஆர்வமும் மிக்கவர். அன்றாடம் நிகழும் உரையாடலின் ஊடே, கம்பரையும், வள்ளுவரையும் இளங்கோவையும் மேற்கோள் காட்டி செய்யுள்களை ஒப்பிவித்து பேசும் வல்லமைப் பெற்றவர். அத்தகைய தமிழார்வலரிடம் இருந்து இந்நூலுக்கு வாழ்த்துரை பெற்றதை பெரும் பாக்கியமாகக் கருதுகிறேன். என்னுடைய சங்க இலக்கியக் கதைகள் நூலுக்கு மதிப்புரை வழங்கிய அண்ணா ஆதர்ச மகளிர் கல்லூரி தமிழ்த்துறை தலைவர் முனைவர் ச. உஷா அவர்கள் இந்த நூலுக்கும் மதிப்புரை வழங்கியது மகிழ்ச்சிக்குரியது. அவருக்கு என் நன்றி. இது என்னுடைய ஐந்தாவது நூல். தென்னக இரயில்வேயில் பணியாற்றும் என் நண்பர் திரு.என். முனுசாமி (PPS to PCSTE) அவர்களின் உதவியின்றி இந்த இலக்கியப் பணிகள் நடந்தே இருக்காது என்பதால் அவருக்கும் என் நன்றி உரித்தாகின்றது.

படித்தவர்களின் பார்வையில் பகுதிக்கு கருத்தெழுதிக் கொடுத்த திரு.ஆர். பாஸ்கரன், திருமதி. ரம்யா பெருமாள், ஸ்ரீமதி ஆகியோருக்கும், படங்கள் வரைந்து கொடுத்து உதவிய மதுரை சத்யாவெங்கட், CMRL கீர்த்தனா, மாஸ்டர் சீ. தர்சன் S/O சீனிவாசன், DGM/CMRL ஆகியோருக்கும் நன்றி.

சமூக மாற்றத்திற்கான ஒரு கருவியாக நூல்களை வெளியிடும் பாரதி புத்தகாலயம் மூலம் இந்நூல் வெளிவருவது மகிழ்ச்சியான விஷயம்.

அன்புடன்

சுரேந்திரன்.

அத்தியாயம் 1

அதிகாலையில் பாபுவிற்கு விழிப்பு வந்து விட்டது. கண் விழித்த பாபு இன்னமும் இருட்டு விலகாமல் இருப்பதைப் பார்த்தான். எழுந்து வந்து முற்றத்தில் உட்கார்ந்திருந்தான். இரவெல்லாம் ஏதேதோ கனவுகள்.

கன்னித்தீவு கதையில் வரும் மூசா மந்திரவாதி சிந்துபாத்தைப் பிடித்து விடுகிறான். சிந்துபாத் மூசாவுடன் சண்டையிட்டு தன் மார்பில் தொங்கும் பெட்டிக்குள் இருக்கும் லைலாவை, மூசாவின் கையில் சிக்காமல் பாதுகாக்கப் போராடுகிறான். அந்த சண்டையின் போதுதான் சட்டென்று பாபுவுக்கு விழிப்பு வந்துவிட்டது.

மனதுக்குள் திக்திக்கென்று ஏதோ அடித்துகொண்டது. எத்தனையோ காலமாக இந்த மந்திரவாதி மூசாவிடம் தப்பித்து வந்துள்ள சிந்துபாத் இந்தமுறை ஏன் மாட்டிக்கொண்டான் என்பது தெரியவில்லை. சிந்துபாத்தை நினைக்க நினைக்க பாபுவுக்கு கலக்கமாக இருந்தது.

வீட்டில் எல்லோரும் உறங்கிக் கொண்டிருந்தார்கள். முற்றத்தில் அமர்ந்தபடி பாபு வானத்தை அண்ணாந்து பார்த்துக் கொண்டிருந்தான். சிந்துபாத் மட்டுமா கனவில் வந்தான்? இன்னும் என்னென்னவோ... நேற்று பூகோள ஆசிரியர் வராத நேரத்தில் வகுப்பில் சண்முகம் வழக்கம்போல் மந்திரவாதி கதை சொன்னான். அந்த மந்திரவாதிகூட நேற்று இரவு கனவில் வந்தான். பாபு எவ்வளவோ சிரமப்பட்டு நினைவுகளை திரும்பக் கொண்டு வந்தாலும், கனவில் கண்ட காட்சிகள் முழுமையாக தெரியாமல் அவன் நினைவுகளிலிருந்து தப்பியபடியேதான் இருந்தது.

ஆனாலும் சிந்துபாத் மூசா மந்திரவாதியிடம் மாட்டிக்கொண்டதை எண்ணும்போது மனம் பதைபதைத்தது. இன்றைக்கு சாயங்காலம் சிவன் கோவிலுக்குப் போய் சாமியிடம் சிந்துபாத்தை காப்பாற்ற சொல்லி வேண்டிக் கொள்ள வேண்டும் என்று மனதில் நினைத்துக் கொண்டான். சிவன் கோவில் என்றதும் மீண்டும் அவனுக்கு அந்த சுரங்கப்பாதை ஞாபகத்திற்கு வந்தது.

ம்......ம்.......... இப்போது நினைவுக்கு வருகிறது... கனவு. சண்முகம் சுரங்கப்பாதையை கண்டுபிடித்து அதன் வழியே உள்ளே போவது போலவும், வழியெங்கும் பாம்புகளும், தேள்களும்

இருப்பதாகவும் கனவு வந்தது. அதற்குமேல் கனவு பற்றிய காட்சிகள் தெளிவில்லாமல் மனதை விட்டு வழுக்கிக் கொண்டு ஓடுவது ஏன் என்று பாபுவுக்கு தெரியவில்லை.

மெல்ல இருள் விலகி வெளிச்சம் பரவுவதை பாபு உணர்ந்தான். மாமா, அத்தை, பிள்ளைகள் இன்னும் உறங்கிக் கொண்டுதான் உள்ளார்கள். என்ன செய்வது என்று தெரியாமல் சரி... ஏரி கரைக்காவது சென்று வருவோம் என சத்தமில்லாமல் கதவை திறந்து வெளியே வந்தான்.

வெளியே வந்த பாபு ஏரியை நோக்கி நடக்கலானான். பத்து வீடு தள்ளியிருக்கும் தன் நண்பன் சம்பத் இருந்தால் அழைத்து போகலாம் என்ற எண்ணத்தோடு அவன் வீட்டை நெருங்கினான். ஆனால், அவன் வீட்டிலும் இன்னும் யாரும் எழுந்திருக்கவில்லை என தெரிந்து கொண்டான்.

விடியலின் மெல்லிய சில்லென்ற காற்று பாபுவை தழுவியது. கைகளை மார்புக்கு குறுக்காக கட்டியபடி மெல்ல நடந்து ஏரிக்கரையை அடைந்தான். ஏரியும், ஏரியைத்தாண்டிய வயல்வெளியும் அந்த வயல்வெளியைத்தாண்டி அடுக்கடுக்காய் இருக்கும் அந்த பச்சை மலைத்தொடரும், பார்க்கப் பார்க்க பரவசமூட்டியது.

ஏரியின் நீர் தெளிந்து இருந்தது. இரண்டு மாதத்திற்கு முன்னால் பெய்த மழையினால் ஏரி நிரம்பியது. ஏரி நிரம்பியிருந்த நேரத்தில் ஏரி தண்ணீர் முழுக்க மஞ்சமஞ்சேள் என இருந்தது. இந்த இரண்டு மாதத்தில் மெல்ல நிறம்மாறி வெள்ளை வெளேர் என காட்சியளித்தது. பாபுவுக்குத் தெரியும், இன்னும் இரண்டு மாதத்தில் இதே நீர் பாசான் பிடித்து பச்சையாக மாறிவிடும் என்று.

கரையில் நடந்தபடியே இக்காட்சிகளைப் பார்த்தபடி பாபு ஏரிக்கரையின் நடுப்பகுதிக்கு வந்துவிட்டான். அங்கிருக்கும் இறக்கத்தைத் தாண்டித்தான் வயல்வெளிக்குப் போகும் பாதை ஆரம்பிக்கிறது. ஏரிக்கரையில் ஆங்காங்கு சிலர் தென்பட்டனர்.

எல்லையில் அந்தி வானத்தை தொட்டபடி நிமிர்ந்து நிற்கும் அந்த மலைத்தொடர்கள் மெல்ல வெளிச்சம் பெற்று உயிர் வருவது போல் தெரிந்தது. பாபு ஏரிக்கரை வழியே மேலும் நடக்கலாம் என மெல்ல நடந்து கொண்டிருந்தான். ஏரியில் நீர் நிரம்பியிருந்ததால் சிறிய அலைகள் மெல்ல வந்து கரையை தொட்டுத் தொட்டு போய்க்கொண்டிருந்தன.

நடந்து கொண்டிருந்த பாபு சட்டென்று நின்றுவிட்டான். அதோ எத்தனை நீர்க்கோழிகள் ஒரே நேரத்தில் எப்பவும் நீர்க்கோழிகள் சற்று தூரத்தில்தான் காணப்படும். ஏதோ அதிசயமாக அவை கரையோரத்துக்கு வந்துள்ளன. ஒருவேளை மனித நடமாட்டம் குறைவாக இருக்கும் காரணத்தால் பயமின்றி அவை கரையை ஒட்டி வந்திருக்கக்கூடும் என்று பாபு நினைத்துக் கொண்டான்.

நீர்க்கோழிகள் ஒன்றன்பின் ஒன்றாக மெல்ல நீந்துவதையும், சிறு சத்தம் கேட்டாலும் அவை குபுக்கென்று நீரினுள் மூழ்கி மறைவதையும் பாபு எத்தனையோ முறை பார்த்து ரசித்து இருக்கிறான். நீர்க்கோழிகள் தலையை ஆட்டி ஆட்டி ஒன்றன்பின் ஒன்றாய்ப் போவதையும் சத்தம் கேட்டதும் நீருக்குள் மூழ்கி மறைவதையும் நாளெல்லாம் பார்த்துக்கொண்டே இருக்கலாம்.

கூட்டமாய் செல்லும் நீர்க்கோழிகளைப் பார்க்கும் போதெல்லாம் அவை அம்மா, அப்பா, தாத்தா, பாட்டி, பிள்ளைகள் என குடும்பமாய்ப் பயணப்படுவதுபோல் எண்ணிக் கொள்வான். நீர்க்கோழிகள் எப்போதும் பாபுவுக்கு ஒரு விசித்திரமான விஷயமாகவே இருக்கிறது. இப்படி நீரினுள் நீந்திப் பொழுதைக் கழிக்கும் இந்த நீர்க்கோழிகள் எங்கே போய்ப் படுத்திருக்கும்? எப்படித் தூங்கும்? என்று அவனுக்குப் புரியவேயில்லை.

அப்பா, அம்மா, தாத்தா, பாட்டி, குழந்தைகள் என வலம் வரும் நீர்க்கோழிகள் பாபுவின் மனதை ஆக்கிரமித்துக் கொள்கின்றன. பாபு தன்னைப் போலவே நீர்க்கோழிகளும் ஓர் வீட்டில் வசித்து வருவதாகவும், குழந்தைகள் பள்ளிக்கூடம் போய் வருவதாகவும், அவையும் மாலையில் விளையாடுவதாகவும், இரவில் வீட்டுப்பாடம் எழுதுவதாகவும் கற்பனை செய்து வைத்திருந்தான். அந்தக் கற்பனைக்கும் நீர்க்கோழிகள் வசிக்கும் இந்த ஏரிக்கும் யாதொரு தொடர்பும் இல்லை என்பது அவனுக்குப் புரிந்த மாதிரியும், புரியாத மாதிரியும் இருந்தது.

ஆனாலும் அவனுக்குள் ஒரு நீண்ட நாளைய ஆசை வளர்ந்தபடியேதான் இருக்கிறது. என்றாவது ஒருநாள் ஒரு நீர்க்கோழியையாவது பிடித்து அதனுடன் சில நிமிடங்களாவது விளையாடிவிட்டு, பேசிவிட்டு, நீரில் விட்டுவிட வேண்டும். இப்படி எண்ணிக் கொண்டிருக்கும்போதே கரைக்கு அருகில் சில நீர்க்கோழிகள் தலையை தூக்கின. இதை சற்றும் எதிர்பார்க்காத பாபு தன் ஆசை நிறைவேறப்போகிறது என்ற எண்ணத்தில் நீரை நோக்கி வேகமாக ஓடினான்.

தன்னை நோக்கி ஓர் ஆள் ஓடி வருவதை உணர்ந்த நீர்க்கோழிகள் ஒரு வினாடிக்குள் மீண்டும் தண்ணீருக்குள் மூழ்கி மறைந்தன. பாபுவுக்கு ஒரே ஏமாற்றமாகப் போய்விட்டது. சரி வீட்டுக்குப் போகலாம் என எண்ணி திரும்ப எத்தனித்தான். சற்று தூரத்தில் மீனவர் ஒருவர் வலையை வீசி மீன்பிடிப்பதை பார்த்த பாபுவுக்கு அதைப் பார்க்க வேண்டும் என்று தோன்றியது.

நன்றாக விடிந்து சூரியனின் செங்கதிர்கள் மெல்ல வெளியே வர துவங்கியிருந்த நேரமது. சூரியக்கதிர்களின் செவ்வொளிபட்டு ஏரிநீர் தங்கத் தாம்பாளம் போல் பளபளத்தது. விடியல் நேரத்துக்கேயான குளிர்ந்த காற்று தவழ்ந்தது. பாபுவிற்கு ஏனோ மனம் மிகுந்த உற்சாகமாய் இருந்தது. இவற்றை வேடிக்கை பார்த்தபடியே பாபு அந்த மீனவன் அருகில் திட்டுபோல் இருந்த ஒரு கல் மீது உட்கார்ந்து கொண்டான்.

அந்த மீனவர் ஓர் வலையை லாவகமாக வீசுவதைப் பார்த்த பாபுவுக்கு ஆச்சரியமாக இருந்தது. அவர் வலை வீசும் லாவகத்தைப் பார்த்தபோது ரோட்டில் உள்ள முனியாண்டிவிலாஸ் ஹோட்டல் வாசலில் பரோட்டா போடும் ஆள், பிசைந்து உருட்டித் தட்டிய மைதா மாவை லாவகமாகக் கைகளால் சுழற்றி அடிப்பதும் அது மெல்லிய துணிபோல் அவர் கையில் உருப்பெற்று மெல்ல பரோட்டாவாக மாறுவதும்தான் பாபுவுக்கு நினைவு வந்தது.

எத்தனையோ முறை நேரம் போவது தெரியாமல் அந்த ஹோட்டல் வாசலில் அவர் பரோட்டாவுக்கு மாவு விசிறும் அழகை பார்த்தபடி நின்றிருக்கிறான். இந்த மீனவரும் அவ்வளவு பெரிய வலையைக் கரையில் நின்றபடி மிகுந்த லாவகமாகத் தண்ணீரில் எறிகிறார். ஒரு மலர்ந்த பூவைப்போல் அது அழகாக தண்ணீர் மேல் படர்கிறது.

பார்த்துக்கொண்டு இருக்கும்போதே அந்த மீனவர் வலையின் நுனியை சரிசெய்தபடி மிகுந்த நேர்த்தியோடு அந்த வலையை இழுக்கிறார். கொஞ்சம் கொஞ்சமாக, விரிந்து விழுந்த அந்த வலை, ஒரு நுனியில் மெல்ல மெல்லக் குவிகிறது. இழுபட்ட வலையை மொத்தமாக தூக்கிக் கொண்டு கரையை விட்டு நாலு அடி தூரம் வெளியே வந்தார். வலையை விரித்து உதறினால் உள்ளேயிருந்து மீன்கள் சிதறி விழுந்தன. பட்டையான கெண்டை மீன்களும், மண்டை மூக்குள்ள கெழுத்தி மீன்களும் துள்ளித் துள்ளி குதிப்பதைப் பார்க்க பாபுவுக்கு பாவமாக இருந்தது.

சற்று தள்ளி உட்கார்ந்து இருந்த பாபு எழுந்து வந்து அந்த மீனவர் பக்கத்தில் நின்று கொண்டான். மீனவர் தான் பிடித்த மீன்களில் பெரியவற்றை எல்லாம், தான் கொண்டு வந்த பைக்குள் போட்டுக் கொண்டார். மீண்டும் வலையை கைகளால் ஒவ்வொரு பகுதியாக பிரித்து சிக்கலை சரி செய்தபின் மறுபடி தண்ணீரில் வீசுவதற்காக தண்ணீரை நோக்கி இறங்கினார். இந்த குட்டி மீன்களை அவர் எடுத்துக் கொள்ள மாட்டார் என்று பாபுவுக்கு புரிந்துவிட்டது. "இதையெல்லாம் என்ன பண்றது" என்று துள்ளி குதிக்கும் மீன் குஞ்சுகளைப் பார்த்து அவரிடன் கேட்டான். "உட்ரு, காக்கா திங்கும்" என்றார்.

பாபுவுக்கு அந்த மீன்கள் படும் வேதனை தாங்க முடியவில்லை. அவைகளையெல்லாம் எடுத்து மீண்டும் தண்ணீரில் விட்டுவிட வேண்டும் என்று அவனுள் ஓர் வேட்கை பொங்கியது. ஆனாலும் அந்த மீனவர் என்ன சொல்லுவாரோ என்றும் அச்சமாக இருந்தது. "இதுங்களை திரும்ப தண்ணீரில் உட்டுவிடவா?" என்றான் மீனவரை நோக்கி. "சரி" என்றார் அவர்.

அடுத்த கணம் மீன்களை ஒவ்வொன்றாகப் பொறுக்கி தண்ணீரில் தூக்கியெறிந்தான். இந்த சில நிமிட இடைவெளிக்குள்ளேயே அங்கே ஒரு பறவை கூட்டம் மீன்களை கொத்திச் செல்வதற்கு வந்து விட்டது. அவசர அவசரமாக ஒவ்வொன்றாகப் பொறுக்கி நீருக்குள் விட்டெறிந்தான். மீனவர் விட்டு சென்ற எல்லா மீன்களையும் மீண்டும் நீரில் தூக்கிப் போட்ட பாபுவுக்கு மனதில் ஒரு நிம்மதியும் திருப்தியும் வியாபித்தது.

எல்லாம் முடிந்து பார்க்கும்போதுதான் வெயில் சுள்ளென்று உடம்பை சுட்டது பாபுவுக்கு தெரிந்தது. அடடா நேரமாகிவிட்டதே, வீட்டுக்குப் போனா திட்டுவாங்களே என்று ஓட்டமும் நடையுமாக வீட்டை நோக்கி ஓடினான்.

பாபு வீட்டுக்கு வந்தபிறகுதான் இன்று அளவுக்கு மீறி தாமதித்து விட்டதை உணர்ந்தான். தண்ணீர்த்தொட்டி பாதிக்குமேல் காலியாக இருந்தது. உள்ளே நுழைந்ததும் அத்தை காதை திருகினார். "ஏன்டா விடியற்காலையில் போய் எங்கே சுத்திட்டு வர்றே" என்றார். "எவ்வளவு நேரமா ஆளை காணல. நானே போய் காய் வாங்கி வந்தேன். எங்கேடா போனே?" என்றார்.

பாபுவுக்கு நீர்க்கோழிகளும் துள்ளி விழுந்த மீன் குட்டிகளும் நினைவுக்கு வந்தன. ஆனால் அதை எல்லாம் சொல்ல முடியுமா என்ன? சட்டென்று "இல்ல அத்தை.... ரொம்ப வயித்து வலி, அதனால்தான் ஆய் இருக்க ஏரிக்கு போனேன்" என்றான். "அதுசரிடா தெனமும் போறதுதானே, இன்னைக்கு ஏன் இவ்வளவு நேரம்" என்றார். மீண்டும் பாபு எப்படி சமாளிப்பது என்று யோசித்தான். "இல்லை அத்தை இன்னும் வயிறு வலிச்சிக்கிட்டுதான் இருக்கு" என்றான்.

அதற்குள் தூக்கம் விழித்த மாமா, "இவனை இனி இங்கே வச்சுக்கக் கூடாது, உடனே இவனோட ஆயி அப்பன்கிட்ட அனுப்பிவிட வேண்டியதுதான்" என்று திட்ட தொடங்கினார்.

தன்மீது தவறு இருக்கும்போது தான் எது பேசினாலும் சிக்கலாகிவிடும் என்ற பயத்தோடு குடங்களை எடுத்துக் கொண்டு கிணற்றடிக்குச் சென்றான்.

எதற்கெடுத்தாலும் கோபம் வரும் போதெல்லாம் இவனை ஊருக்கு அனுப்பி விடப்போவதாக பயமுறுத்துவது மாமாவின் வழக்கம். அது கோபத்தில் சொல்லும் வார்த்தைதான் என்று பாபுவுக்குப் புரிந்தாலும் உள்ளுக்குள் எங்கே தன்னை தன் தாய் தந்தையிடம் அனுப்பி விடுவார்களோ என்ற அச்சத்தால் மனம் கலங்கியது.

எல்லாம் சில நிமிடங்கள் தான். 50, 60 அடி ஆழத்தில் இருக்கும் கிணற்றில் நீர் இறைக்கும் முயற்சியில் மனம் லயித்துப்போக, பாபு ஒவ்வொரு வாளியாக இறைத்து, குடங்களை நிரப்பி, அவற்றை தூக்கி வந்து தொட்டியில் நிரப்ப ஆரம்பித்தான்.

மாமா வீட்டுப் பெண்கள் மெல்ல சோம்பல் முறித்து அவரவர் வேலையை பார்த்துக் கொண்டிருந்தார்கள். வீட்டுக்கு வேண்டிய மொத்த நீரையும் இறைத்து ஊற்ற வேண்டியது பாபுவுக்காக ஒதுக்கப்பட்ட வேலையாக இருந்தது. துள்ளித்திரியும் வயதுள்ள பாபுவுக்கு இது ஒரு பெரிய வேலையாகத் தெரியவில்லை.

அத்தியாயம் -2

காலையில் நடந்த நிகழ்வுகளால் ஏற்பட்ட மனச்சோர்வு பாபுவுக்கு இன்னும் நீங்கியபாடில்லை. காலையில் ஏரியில் பார்த்த நீர்க்கோழிகளும் அந்த மீனவர் பிடித்துவிட்டு எடுத்துச்செல்லாமல் விட்ட, கரையில் துள்ளிக்கொண்டிருந்த மீன் குஞ்சுகளும் மீண்டும் நினைவுக்கு வந்தன. கூடவே மாமா மிகக் கடுமையான வார்த்தைகளால் திட்டியதையும், தன்னை ஊரில் கொண்டுபோய் விட்டுவிடப் போவதாக மிரட்டியதையும் நினைக்கையில் அவனுக்கு வயிற்றை என்னவோ செய்தது.

அன்று பள்ளிக்கூடத்தில் பாபு மிகவும் சோர்வாக இருந்தான். காலையில் நான்காவது பீரியட் நடந்துகொண்டிருந்தது. பூகோள ஆசிரியர் ராமையா தென்மேற்கு பருவக்காற்று வீசும் திசையை விளக்கிக் கொண்டிருந்தார்.

ஏழாம் வகுப்பு வந்தும்கூட பாபுவுக்கு வெகுகாலம் திசைகள் புரியவேயில்லை. இருந்தாலும் சூரியன் உதிப்பது கிழக்கு என்ற விசயத்தை மையமாகக் கொண்டு ஓரளவுக்கு அவனுக்கு இப்போதெல்லாம் திசைகள் சரியாகப் புரிவது போல் தோன்றியது. சூரியன் உதிக்கும் திசையில் இருப்பதால் அவங்க ஊர் பெருமாள் மலை ஊருக்கு கிழக்கில் இருப்பதாக அவனுக்கு தெளிவாகப் புரிந்தது.

அதேபோல் தினமும் தான் செல்லும் ஏரிக்கரையைத் தாண்டி வயல்வெளிகளைத் தாண்டி மலைகளுக்குப் பின்னால் சூரியன் மறைவதைப் பார்ப்பதால் ஏரி ஊருக்கு மேற்கில் இருப்பதாகப் புரிந்து கொண்டான். தனது ஊரிலிருந்து கிளம்பும் பஸ்கள் எல்லாம் இந்த இரண்டிற்கும் நடுவே திருச்சியை நோக்கி செல்வதால் திருச்சி தெற்கில் இருப்பதாகவும் எதிர் திசையில் சென்றால் அடுக்கடுக்காய் இருக்கும் பச்சை மலைத் தொடர்கள் உள்ள ஊர்ப்பக்கம் பஸ் போவதால் பச்சை மலை வடக்கில் இருப்பதாகவும் ஓரளவுக்கு பாபுவுக்கு தெளிவு இருந்தது.

ஊரில் அவன் அம்மா, அப்பா, அக்கா, தம்பிகள் எல்லோரும் இருந்தார்கள். அப்பா தினமும் விவசாய கூலிவேலைக்குப் போய் வருவார். வரும்போதே குடித்துவிட்டு வந்து தினமும் வீட்டில்

ரகளை நடக்கும். அம்மாவை இழுத்துப்போட்டு அடிக்கும் அந்த துயரமான நிகழ்ச்சிகள் நினைவில் வந்தபோது பாபுவுக்கு உடம்பு சிலிர்த்தது. எத்தனையோமுறை அந்த காட்சிகளை கண்டிருக்கிறான். அப்பா மிகவும் பெரியவர். உயரமானவர். பலசாலி. அம்மாவாலேயே ஒன்றும் செய்யமுடியாது. அம்மாவை அடிக்கும் தருணங்களில் ஒரு கோழிக்குஞ்சைப் போல் அந்த சூழ்நிலையில் பதுங்கிக் கொள்வதைத் தவிர பாபுவால் ஒன்றும் செய்ய முடிந்ததில்லை.

ஏதோ ஓர் சந்தர்ப்பத்தில், ஒரு கல்யாண வீட்டிற்கு அம்மாவுடன் போயிருந்தபோது, பள்ளிக்கூட வாத்தியாராக வேலை பார்க்கும் மாமாவும் அந்த கல்யாணத்திற்கு வந்திருந்தார். "ஏம்மா ஒம்மகனை எங்கூட அனுப்பி வச்சிறேன்... எனக்கும் வெளிய தெருவ போய்வர ஒரு ஆம்பிளை புள்ளை இருந்தா நல்லா இருக்கும். அவனும் அந்த வீட்டுக்கு ட்யூஷன் படிக்க வர புள்ளைங்களோட சேர்ந்து கொஞ்சம் நல்லா படிப்பான்" என்று மாமா அம்மாவிடன் கூறினார்.

அம்மாவும் தன் ஒரு பிள்ளையாவது இந்த கஷ்டமான வீட்டு சூழலிலிருந்து விடுபட்டு நிம்மதியாக இருக்கட்டுமே என்று அந்த வாரமே ஒரு துணிப்பையில் பாபுவுக்கு என்றிருந்த சில துணிமணிகளை வைத்து மாமா வீட்டில் கொண்டு வந்து விட்டு விட்டுப் போனார்கள்.

அப்பொழுது பாபு மூன்றாம் வகுப்பு படித்துக்கொண்டிருந்தான். இப்போது ஏழாம் வகுப்பு தாண்டி இந்த வருடம் முடியவும் போகிறது. ஒவ்வொரு வருடமும் ஏதாவது ஒன்றிரண்டு சந்தர்ப்பத்தில் அரையாண்டு விடுமுறைக்கோ அல்லது முழுஆண்டு விடுமுறைக்கோ மாமா இவனை ஊருக்கு அனப்பி வைப்பார்.

மாமா வீட்டுச்சூழல், அங்கு படிக்க வரும் மாணவர்கள் எல்லாம் பாபுவுக்கு ரொம்பவும் பிடித்துப் போயிற்று. ஆனால் மாமா வீட்டில் ஆம்பளை பிள்ளை இல்லாத காரணத்தால், மொத்த வேலைகளுக்கும் மாமா இவனைத்தான் கூப்பிடுவார். நண்பர்கள் வீட்டுக்குப் போவது, அவர் சைக்கிளை துடைப்பது, இந்த வீட்டு மொத்த தேவைக்கு வேண்டிய நீர் அனைத்தையும் ஆழமான அந்த கிணற்றில் இருந்து இறைத்து ஊற்றுவது என்று அடுக்கடுக்கான வேலைகள். இது அல்லாமல் அத்தைக்கு வேறு துணையாகக் கடைக்குப் போய் காய்கறி வாங்கி வருவது, மளிகை கடைக்கு போவது, அவர்களுக்கு வீட்டு வேலையில் துணையாக இருப்பது

என்று பாபுவுக்கான வேலைகள் ஒரு பெரிய பட்டியல் போல நீண்டு கொண்டே போகும்.

ஆனால் இங்கு கிடைக்கும் சாப்பாடும், நிம்மதியான வாழ்க்கையும் தன் அம்மா அப்பாவிடம் இருந்தபோது தனக்கு கிடைக்கவில்லை என்பதை பாபு உணர்ந்தேயிருந்தான். அதே நேரத்தில் மாமா வீட்டுக்கு வந்த இந்த மூன்று நான்கு வருடங்களில் இந்த வீடு, ஊர், நண்பர்கள் என்று இவற்றோடு ஒன்றிப் போய்விட்டான். இவையின்றி தன்னால் வாழ முடியுமா என்றுகூட அவனுக்கு அச்சமாக இருந்தது. தன்னுடைய பள்ளிக்கூடம், நண்பர்கள், ஏரிக்கரை, மலைகளுக்கு அப்பால் மறையும் சூரியன், அந்திவானம் எல்லாம் பாபுவின் உள்ளத்தோடு ஒன்றிய சமாச்சாரங்களாகி வெகு நாளாகி விட்டன.

இத்தனையும் மீறி பாபுவுக்கு ஒரே ஒரு துன்பம் மட்டும் தீராததாக இருந்தது. அதுதான் அவன் பசி. மூன்று வேளையும் நன்றாக வயிறு முட்டத்தான் சாப்பிடுவான். ஆனால் சாப்பிட்ட ஓரிரு மணி நேரத்தில் பசிக்க ஆரம்பித்து விடும். மாமா வீட்டில் சாப்பாடு என்பது ஊரில் சங்கு வைக்கும் நேரத்தோடு ஒன்றிப் போன விஷயம்.

காலை 9 மணி, மதியம் 1 மணி, இரவு 8 மணி சங்கு சத்தம் கேட்டால்தான் அந்த வீட்டில் சாப்பிட உட்காருவது என்கிற பழக்கம் பல வருஷங்களாக நடைமுறையில் இருப்பதாகும்.

காலையில் 4 அல்லது 5 இட்லி என்பது பாபுவுக்கு தூசி மாதிரி. ஒரு சில நிமிடங்களில் தட்டு காலியாகிவிடும். இன்னொரு முறை கேட்டு வாங்கத் தயங்கியபடியே பள்ளிக்கூடம் போய்விடுவான். பள்ளியில் காலை இடைவேளையின்போதே பாபுவுக்கு பசிக்கத் துவங்கிவிடும். மதியம் 1 மணி வரை அந்த பசியுடனேதான் இருக்கவேண்டும்.

அதேபோல், மதியம் சாப்பிடும் உணவு என்ன ஆகும் என்றே தெரியாது. மாலை பள்ளிக்கூடம் விட்டதும் அப்படி ஒரு பசி பாபுவை ஆக்கிரமிக்கும். ஆனால் தின்ன எதுவும் கிடைக்காது. ஏதோ ஒரு சந்தர்ப்பத்தில் காபி வேண்டாம் என்று சொல்லிவிட, அதிலிருந்து காப்பியும் நிரந்தரமாய் கிடைக்காமல் போனது. இரவு 8 மணி சங்கு எப்போது ஊதும் என்று தவமிருந்து காத்திருப்பது பாபுவுக்கு வழக்கமானது.

தன்னையொத்த வயதுள்ள பிள்ளைகள் எல்லாம் பள்ளிக்கூடத்திற்கு காசு கொண்டுவந்து விதவிதமாய் தீனி வாங்கித் தின்பதை பார்க்க பாபுவுக்கு ஏக்கமாய் இருக்கும். ஆனால் என்றாவது ஒரு நாள் தானும் தன் இஷ்டப்படி தீனி வாங்கித் தின்ன முடியும் என்று பாபு நம்பினான்.

மாலை வேளையில் பசி கடுமையாகும் போதெல்லாம் பாபு தன் அம்மாவை நினைத்துகொள்வான். மாமா வீட்டளவு வசதி அம்மா வீட்டில் இல்லையென்றாலும், அம்மாவிடம் உள்ள உரிமை இங்கு இல்லை என்பதை பாபு உணர்ந்திருந்தான். ஊரில் அம்மா படும் கஷ்டங்களும் அங்கு நிலவும் வாழ்க்கைச் சிக்கல்களும், ஏழ்மையும் அவன் நினைவில் வந்து போகும்.

வருஷத்துக்கு ஒரிருமுறை ஊருக்குப் போகும்போது ஒரு வாரம் பத்து நாள் இருப்பான். அம்மா, அப்பாவிடம் செல்லப்பிள்ளையாக இருப்பது யாருக்குக் கிடைக்கும்? அந்த பத்து நாளும் அம்மா, அப்பா, கூடப்பிறந்தவர்கள் எல்லோரும் யாரோ பெரிய மனிதர் வீட்டுக்கு வந்துவிட்டது போல் அன்பாகவும், அனுசரணையாகவும் இருப்பார்கள். கோபக்கார அப்பா கூட சைக்கிளில் கூட்டிக்கொண்டு போய் ஓட்டலில் தோசை வாங்கித்தருவார். எல்லாம் பத்து நாள்கள்தான்.

பத்து நாள்களுக்குள்ளேயே அம்மா அப்பா போடும் சண்டைகள், எப்போது திரும்ப மாமா வீட்டிற்குச் செல்வோம் என்று யோசிக்க வைத்துவிடும். இப்போதெல்லாம் பாபுவுக்கு சில விசயங்கள் புரிய ஆரம்பித்து விட்டதாக தோன்றியது. இந்த அம்மா அப்பா சண்டைக்கும், அடிதடிக்கும் பிரதான காரணம் பணப் பற்றாக்குறைதான்.

பெரும்பாலும் அம்மா எப்போதும் வீட்டுத்தேவைகளுக்காக அப்பாவிடம் அது வேண்டும், இதுவேண்டும் என கேட்பதும், அதனால் எரிச்சலுற்ற அப்பா கோபத்தோடு பேசிச் சண்டையிடுவதும் வழக்கமான சங்கதிதான். ஒருவேளை, வீட்டுச் செலவுக்கு வேண்டிய பணம் இருந்துவிட்டால், பெரும்பாலும் இந்த சண்டைகள் நடைபெறாது என்றே பாபுவுக்குத் தோன்றியது.

தன்னை ஊருக்கு திருப்பி அனுப்பிவிடுவதாக சொல்லி, மாமா அடிக்கடி பயமுறுத்துவது வழக்கமான விஷயம் என்றாலும்கூட, இன்று காலை அவர் குரலில் தோன்றிய கடுமை பாபுவுக்கு அச்சத்தை ஊட்டியது. வகுப்பில் தென்மேற்கு பருவக்காற்றைப்பற்றி,

வாத்தியார் சொல்லிக் கொண்டிருக்க மனதில் புயலென இந்த நினைவுகள் அவனை அலைக்கழித்துக் கொண்டிருந்தன. பக்கத்தில் உட்கார்ந்திருந்த ராஜேந்திரன் மெல்ல இவனை கிள்ளிப் பள்ளியின் காம்பவுண்டு சுவரைப் பார்க்கச் சொன்னான்.

அந்த சுவரில், கரிக்கட்டையால் ஒரு நீண்ட கோடு போடப்பட்டிருந்தது. பள்ளிக்கூட கட்டிட நிழல் அந்தக்கோட்டை தொடும் போது மதிய இடைவேளை பெல் அடிக்கும் தருணம் வந்து விட்டதை உணர இப்படி குறித்து வைத்திருந்தார்கள். சுவரைப் பார்த்த பாபுவுக்கு, நிழல் மெல்ல கரிக்கோட்டை தொட்டு இடைவேளை மணியடிக்கும் சமயம் வந்து விட்டதை உணர்த்தியது. கிளம்ப வேண்டும். பெல் அடித்துவிடும் என்ற உணர்வு அவனை சுறுசுறுப்படையச் செய்தது.

கிட்டத்தட்ட வாத்தியாரும்கூட பாடத்தை முடித்துவிட்டிருந்தார். இரண்டொரு நிமிடங்களில் காலை வகுப்புகள் முடிந்ததைக் குறிக்கும் 1 மணி பெல் தொடர்ந்து ஒலித்தது. அதுவரை அமைதியாக இருந்த பள்ளிக்கூட வளாகம் சட்டென்று உயிர்பெற்று சிலிர்த்தெழுந்தது. எங்கும் ஒரே சத்தமாக இருந்தது. பாபுவும் நண்பர்களும் மதிய உணவுக்காக வீட்டுக்கு கிளம்பினார்கள்.

□

அத்தியாயம் – 3

வீடு பள்ளிக்கூடத்தில் இருந்து வெகு தூரத்தில் இருந்தது. அநேகமாக 20, 25 நிமிட நேரம் நடந்தால்தான் வீட்டை அடைய முடியும், பாபுவுக்காவது பரவாயில்லை. பாபுவின் நண்பர்கள் வீடோ அதையும் தாண்டி போகவேண்டியிருந்தது. வெயில் அதிகமாகிவிட்ட காலங்களில் பெரும்பாலானவர்கள் வீட்டிலிருந்து சாப்பாடு கொண்டு வரும் நேரங்களில் மதிய மணி ஒலித்ததும் மாணவர்கள் தங்கள் டிபன் பாக்சை எடுத்துக்கொண்டு பள்ளிக்கூடத்தின் பின்புறத்தில் ஒரு 5 நிமிட நடை தூரம் இருக்கும் சோலைக்குச் சென்று உணவு உண்பது வழக்கம்.

சோலை என்றால் மிகப் பெரிய பழத்தோட்டம் என்று எண்ணி விடக்கூடாது. ஆனாலும், சோலைக்கென்று ஒரு அழகு இருக்கத்தான் செய்தது. சோலையில் ஒரு மிகப் பெரியக் கேணியும், கேணியை ஒட்டி நீர் இறைக்கும் பம்புசெட் உள்ள கட்டிடமும், கேணியைச் சுற்றிலும் 10, 15 தென்னை மரங்களும் இருந்தன. பெரும்பாலான நேரங்களில் மோட்டார் போட்டு நீரை இறைத்துக் கொண்டிருப்பார்கள். அந்த நீர் ஓடும் வாய்க்கால் ஓரமாய் வரிசையாய் அமர்ந்து, பேசிச் சிரித்து மதிய உணவு உண்ணுவது பாபுவுக்குப் பிடித்தமான விசயம்.

இப்படிக் கூடி உணவு உண்பதில் எத்தனையோ சந்தோசங்கள் இருக்கின்றன. பாபுவுக்கு சோலைக்குப்போய் மதிய உணவு உண்பது என்பது எப்போதும் பிடித்தமானது. அதற்கு ஒரு உள்ளார்ந்தக் காரணம் இருந்தது. தன்னுடன் சாப்பிட வரும் நண்பர்களுள் ஜான்சன் கொண்டு வரும் டிபன் பாக்சின் மீது பாபுவுக்கு எப்போதும் ஒரு கண் இருக்கும்.

ஜான்சன் ஒரு டாக்டர் வீட்டுப் பையன். அவன் டிபன் பாக்சில் எப்போதும் விதவிதமான உணவு வகைகள் இருக்கும். பெரும்பாலான மாணவர்களின் மதிய உணவு வெறும் மோர் சாதமும் ஊறுகாயுமாய் இருக்கும் பட்சத்தில், ஜான்சன் மட்டும் விதவிதமான உணவு வகைகளை கொண்டு வருவான். கொண்டு வருவது மட்டுமல்ல, தான் கொண்டுவரும் உணவு வகைகளை ஆசையோடு நண்பர்களுக்கு கொடுத்தும் மகிழ்வான். அதிலும் பாபுவின் மீது ஜான்சனுக்கு அப்படி ஒரு பிரியம்.

உணவு உண்டு முடித்தபின் பம்புசெட்டில் வெள்ளமாக கொட்டும் நீரில், டிபன் பாக்சை கழுவி எடுத்துக்கொண்டு இஷ்டப்படி கதை பேசி விட்டு, சாவகாசமாக வகுப்புக்குத் திரும்பி வருவது வழக்கம்.

அன்றொருநாள் அப்படித்தான் சாப்பிட்டு முடித்து எல்லோரும் பேசிக்கொண்டிருந்த போது, கைத் தவறி ஜான்சனின் டிபன் பாக்ஸ் கீழே விழுந்து உருண்டு, கிணற்றுக்குள் போய்விட்டது. எல்லோரும் திகைத்துப் போய் விட்டார்கள். என்ன செய்வது என்று யோசித்துக் கொண்டிருக்கும்போதே, சுகுமார் சட்டையைக் கழட்டி விட்டு கிணற்றில் ஒரு டைவ் அடித்தான். ஒரு முக்குதான்.... நீரில் இருந்து வெளியே வரும்போது கையில் டிபன் பாக்சுடன் வந்தான். அடுத்த சில நிமிடங்களில் எதுவுமே நடக்காதது போல் எல்லோரும் சோலையை விட்டு கிளம்பினார்கள். அந்த சில நிமிடங்களில் சுகுமார் அங்கிருந்த அத்தனை பேருக்கும் நடுவே, ஒரு பெரிய ஹீரோவாகிப் போனான்.

பாபுவின் மனதில் சுகுமார் நீரில் டைவ் அடித்த அழகும், ஒரே மூச்சில் வெளியே வரும்போது கையில் டிபன் பாக்ஸ் கொண்டு வந்த வீரமும் கிளர்ச்சியை உண்டு பண்ணியது. இத்தனை வயதாகியும் தான் இன்னும் நீச்சல் கற்றுகொள்ளாதது, அவனுக்கு பெரிய அவமானமாகப்பட்டது. இப்படி யோசித்தபடியே பாபு மீண்டும் வகுப்புக்கு வந்து சேர்ந்தான்.

மதியம் முதல் வகுப்பு தமிழ் அய்யாவுடையது. பாபுவுக்கு தமிழ் அய்யா வகுப்பு என்றால் ரொம்பவும் பிடிக்கும். தமிழ் அய்யாவின் பேச்சும், அவர் பாடம் நடத்தும் அழகும், பாடம் நடத்தும்போது அவர் வார்த்தைகளில் துள்ளித் ததும்பும் எதுகையும் மோனையும், பாபுவின் உள்ளத்தைக் கொள்ளை கொண்டது. பெரியவனாகித் தானும் தமிழ் அய்யா போல், அழகு ததும்ப மேடையில் பேசும் வல்லமை பெற வெண்டுமென்று நினைத்துக் கொள்வான்.

வகுப்பில் பாபு மற்ற மாணவர்களைப் போலத்தான் இருந்தான். ஆனால் போன மாதம் நடந்த ஒரு நிகழ்ச்சி பாபுவின் மனதில் தமிழய்யா மீது உள்ள அன்பையும், காதலையும் மிகவும் அதிகமாக்கி இருந்தது. வழக்கம் போல் ஒரு நாள் நண்பர்களுடன் மதிய உணவு சாப்பிட வீட்டிற்குப் போய்விட்டுத் திரும்பிக் கொண்டிருந்தான்.

பஸ் ஸ்டாண்ட் அருகில் மந்திர வித்தை காட்டும் மோடி மஸ்தான் மிக உற்சாகமாக உரத்த குரலில் பேசிக் கொண்டிருப்பது பாபுவுக்கு கேட்டது. இன்னும் சில நிமிடங்களில் ஐந்து தலை பாம்பு காட்டப் போவதாகவும், எல்லோரையும் ஜோராக கைத் தட்டும்படியும் மோடி மஸ்தான் கூறிக் கொண்டு இருந்தான்.

ஆவல் மிகுதியில் பாபு அந்த கும்பலுக்குள் எட்டிப் பார்த்தான். நடுவே ஒரு சிறுவன் படுத்திருக்க அவன் மீது கழுத்து வரை போர்வை போர்த்தப்பட்டு இருந்தது. படுத்திருந்தப் பையனின் வாயில் நுரை தள்ளியபடி இருந்தது. இந்த காட்சிகளை பாபு எத்தனையோ முறை பார்த்திருக்கிறான்.

மோடி மஸ்தான் தனது சிறு மேளத்தை அடித்து கும்பல் கூட்டுவதும், அப்படி கூட்டிய கும்பலை நோக்கி ஏதேதோ பேசிக் கொண்டிருக்கையில் திடீரென கும்பலில் இருந்து ஒருவன் மோடி மஸ்தான் முன்னிலையில் தடாலென்று தரையில் விழுவதும், சில நிமிடங்களில் அவன் வாயில் இரத்தமாக நுரை தள்ளுவதும் வழக்கமாக நடக்கக் கூடிய சங்கதிதான்.

இதைப் பார்த்த பாபு, பய உணர்வு மேலிட அந்த இடத்தை விட்டு வெளியேற தலைப்பட்டான். ஆனால் மோடி மஸ்தான் வார்த்தைகள் அவன் கால்களை கட்டிப் போட்டன. "யாரும் கையைக் கட்டாதீங்க. யாரும் இந்த இடத்தை விட்டுப் போகாதீங்க" என்று சில முறை சொல்லி எச்சரித்த மோடி மஸ்தான், இதை மீறி யாராவது கையைக் கட்டி இருந்தாலோ, இடத்தை விட்டுப் போனாலோ, பையன் வாயில் இரத்த நுரை வருவது போல் உங்களுக்கு வீட்டுக்குப் போனதும் வரும் என்று பயமுறுத்தினான்.

பயந்துபோன பாபு அப்படியே நின்று விட்டான். மோடி மஸ்தான் தன் அடுத்த கட்ட நடவடிக்கையாக, பாம்பாட்டிகள் வைத்திருக்கும் பிரம்பாலான ஒரு வட்டமான கூடையை எடுத்தான். எல்லோர் முன்னிலையிலும் வைத்து அதை திறந்த போது, உள்ளுக்குள் கம்பிச்சுருள் போல் பாம்பு படுத்திருந்தது.

சற்றும் கவலையின்றி மோடி மஸ்தான் அதை தட்டித் தட்டி எழுப்பிய போது, பெட்டிக்குள் இருந்த நாகம் சீற்றத்துடன் தலையை உயர்த்தி அவன் முன் படம் எடுத்தது. படம் எடுத்த நாகத்தின் முன், தன் இடது கை விரல்களை மடக்கி, முஷ்டியை இங்கும் அங்கும் அசைக்க, நாகமும் அவன் கை அசைவுகளுக்கு ஏற்ப தலையை ஆட்டியது.

அதே நேரத்தில் வலது கையால் மகுடியை எடுத்து மோடி மஸ்தான் ஊதத் தொடங்கினான். படம் எடுத்த பாம்பு அப்படியே சிலைபோல் நின்றது. மகுடி ஊதுவதை நிறுத்திய மோடி மஸ்தான் கூட்டத்தினரைப் பார்த்து, "அய்யாமார்களே, அண்ணன்மார்களே, இப்ப நீங்க பார்ப்பது ஒற்றைத்தலை நாகம், எல்லோரும் ஜோரா

கையைத் தட்டுங்க, அடுத்தாப்பல ஐந்து தலை நாகம் வருது" என்றான்.

பாபுவுக்கு திருவிளையாடல், காமாட்சி அம்மன் போன்ற சினிமாப் படங்களில் வரும் பெரிய ஐந்து தலை நாகமும் அதன் சுருட்டிய உடம்பு பகுதியில் ஒரு பக்கமாய் சாய்ந்து படுத்திருக்கும் பெருமாளும் பின்னணியில் உள்ள கடலும் நினைவுக்கு வந்தன. இதுபோல் எத்தனையோ முறை இந்த மோடி மஸ்தான் ஐந்து தலை பாம்பு காட்டப் போவதாகக் கூறி அது மறந்து போகிற வரையில் ஏதேதோ சொல்லி, பாம்பு கடிக்கு சட்டை பொத்தான்கள் அளவில் மாத்திரைகள் விற்று இருப்பதைக் கூட பாபு பார்த்து இருக்கிறான்.

இதை எல்லாம் யோசித்த பாபு அந்த இடத்தை விட்டு போய்விட வேண்டும் என்ற எண்ணம் கொண்டாலும் மஸ்தானின் எச்சரிக்கை அவனைப் போக விடாமல் தடுத்தது. கூடவே ஐந்து தலை நாகத்தையும் பார்த்து விட வேண்டும் என்ற வேட்கையும் அவனை அங்கிருந்து நகர விடாமல் செய்தது.

குள்ளமான பாபு கும்பலுக்கிடையே எட்டிப்பார்த்தபடி நின்று கொண்டிருக்க, பின்னால் அவன் வகுப்பு தோழர்கள் சம்பத்தும், பெரியசாமியும் இவனோடு நின்று விட்டார்கள். "டேய், இன்னைக்கி கொஞ்சம் லேட்டானாலும் ஐந்து தலை நாகத்தை பார்த்து விட்டு போவோமா?" என்றான் பாபு. சம்பத்தும் பெரியசாமியும் தலையை அசைத்தார்கள். மோடி மஸ்தான் தன்னுடைய வார்த்தை ஜாலத்தில் யாரையும் நகர விடாதபடி எந்தப்பக்கமும் திரும்ப விடாதபடி வசியப்படுத்திக் கொண்டிருந்தான்.

நேரம் போவது தெரியாமல் மூவரும் வாய் பிளந்து வேடிக்கை பார்த்துக் கொண்டிருந்தனர். மோடி மஸ்தானோ ஐந்து தலை நாகம் கதையை முற்றிலுமாக மறக்கச் செய்துவிட்டு, தேள் கடிக்கும், பாம்பு கடிக்கும், விஷம் இறக்கும் மாத்திரைகளை விற்றுக் கொண்டிருந்தான். நண்பர்கள் மூவருக்கும் வெகு நேரத்துக்குப் பிறகே, பள்ளிக்கூடம் செல்ல வேண்டும் என்ற நினைவு மேலிட, மூவரும் அவசரமாய் கும்பலை விட்டு விலகி பள்ளிக்கூடம் நோக்கி நடக்கத் தொடங்கினர்.

வேர்க்க விறுவிறுக்க பள்ளிக்கூடத்தை அடைந்த போதுதான், மத்தியான வகுப்புகள் தொடங்கி வெகு நேரம் ஆகியிருக்கக் கூடும் என்பது இவர்களுக்குப் புரிந்தது. மதியம் முதல் வகுப்பு

தமிழய்யாவுடையது என்பதால் பாபுவுக்கு மனசக்குள் கொஞ்சம் தைரியம் இருந்தது. மூவரும் வகுப்பு வாசலில் நின்றார்கள்.

பாடம் நடத்திக் கொண்டிருந்த தமிழய்யா பாடத்தை நிறுத்தி விட்டு இவர்கள் மூவரையும் பார்த்து உள்ளே வந்து மண்டியிட சொன்னார். ஏன் தாமதம் என்றெல்லாம் அவர் கேட்கவில்லை. சம்பத் மட்டும் துணிச்சலாக, "அய்யா, வீட்டுக்கு விருந்தாளிகள் வந்துட்டாங்க, அதனால எங்க அம்மா கடைக்குப் போகச் சொன்னாங்க, அதான் அய்யா லேட்" என்றான். சம்பத் பேசிய தைரியத்தில் பெரியசாமியும் ஏதோ ஒரு காரணத்தை சொன்னான்.

அதுவரை அமைதியாக இருந்த தமிழய்யா கையில் பிரம்பை எடுத்து கோபத்துடன் அடிக்க வந்தார். நடப்பது நடக்கட்டும் என்று பாபு, "அய்யா, நான் உண்மையை சொல்லிவிடுகிறேன், என்றான். தமிழய்யா, "அந்த உண்மை என்ன என்று எனக்குத் தெரியும்" என்றார். "மதிய சாப்பாட்டுக்குப் போய்விட்டு திரும்பி வரும்போது, நீங்க மூன்று பேரும் வாய் பிளந்து மோடி மஸ்தான் வித்தை பார்த்ததை நானும் பார்த்தேன்" என்றார். மூவருக்கும் அப்பொழுதுதான் நிலைமை புரிந்தது.

கோபக்கனல் வீசும் கண்களோடு இவர்கள் மூவரையும் பார்த்து "நீங்கள் பாடங்களை ஒழுங்காப் படிக்கலாம் அல்லது படிக்காமப் போகலாம். ஆனால் ஒரு பள்ளிக்கூட மாணவனுக்கு ஒழுக்கம் என்பது ரொம்ப முக்கியம். அந்த ஒழுக்கத்தில் அவன் உறுதியாய் நிற்க வேண்டும். அவனுக்குத் துணையாக இருப்பது உண்மை பேசுவதுதான். இன்னொரு தடவை இப்படி உங்களைப் பார்த்தால் தலைமை ஆசிரியரிடம் சொல்லி விடுவேன்" என்று மிரட்டி ஆளுக்கு நாலு அடி கொடுத்து மண்டியிடச் செய்தார் தமிழய்யா.

இந்த நிகழ்ச்சிக்குப் பிறகு பாபுவுக்கு தமிழய்யா மீது இருந்த மதிப்பு மிகவும் உயர்ந்தது. அதுவரையிலும் அவன் படிப்பு மட்டுமே முக்கியம் என்றும், சரியாகப் படித்து நல்ல மார்க்கு வாங்கிவிட்டால் என்ன வேண்டுமானாலும் செய்யலாம் என்பது போன்றும் எண்ணி இருந்தான். இந்த நிகழ்ச்சியின் போது தமிழய்யா சொன்ன வார்த்தைகள் அவன் மனசில் ஒரு தெளிவு பிறக்க காரணமாய் இருந்தது.

வகுப்பில் பாடம் நடத்தும் தருணங்களில், தமிழய்யா பாபுவைத்தான் அந்த பாடத்தை முதலில் ஒரு முறை வாய்விட்டு சத்தமாகப் படிக்கச் சொல்வார். வாய்விட்டு படிக்கும் பழக்கம்

இருந்தால்தான் வாழ்க்கையில் முன்னேற முடியும் என்று தமிழய்யா சொல்வார்.

தமிழ்ப்பாட வகுப்பு என்றாலே பாபுவுக்கு மனசில் உற்சாகம் ஊற்றெடுக்கும். எப்போதும் வகுப்பில் தமிழய்யா ஆளுக்கொரு பாரா படிக்கச் சொல்லி அதன் பிறகுதான் பாடங்களை நடத்துவார். அப்படி முதல் பெஞ்சில் முதல் மாணவன் தொடங்கி, வரிசையாய் ஒருவர் பின் ஒருவராய்ப் படிக்கையில் பாபுவின் முறை வரும்போது பாபு தெள்ளத்தெளிவாக, நிறுத்தல் குறிகள் புரிந்து கணீர் என்ற குரலில் படிப்பதை மிகவும் ரசித்த தமிழ் அய்யா, முக்கியமான பல தருணங்களில் பாபுவை, ஒரு குறிப்பிட்ட பகுதியை வகுப்பில் வாய்விட்டு படிக்கச் சொல்வார்.

பாபுவுக்கு அதில் எல்லையற்ற பெருமை. அன்றும் அப்படித்தான் தமிழ் அய்யா மிகுந்த சுவாரஸ்யத்துடன் பாடம் நடத்தினார். அன்று தமிழய்யா சொன்ன இரண்டு விசயங்கள் பாபுவின் மனதில் பசுமரத்தாணிபோல் ஆழமாகப் பதிந்தன.

மனிதன் என்றால் வாழ்க்கையில் ஓர் குறிக்கோள் வேண்டும். அப்படி குறிக்கோளும் லட்சியமும் இல்லாமல் மனிதன் வாழ்வது, ஒரு பயனற்ற வாழ்க்கை என்று கூறினார். தமிழய்யா மீதுள்ள அன்பினாலும் ஆசையினாலும் தமிழய்யா கூறிய இந்த வார்த்தைகள் பாபுவுக்கு மிகுந்த அர்த்தமுள்ளதாகப் பட்டது.

மாலை வகுப்பு முடிந்து எல்லோரும் வீட்டுக்கு கிளம்பினார்கள். மாணவர்களில் ஒரு பகுதியினர் எறிபந்து விளையாடலாம் என்று திட்டமிட்டிருந்தனர். ஏனெனில் சில நாட்கள் பள்ளிக்கு வராமல் இருந்து, அன்றுதான் பள்ளிக்கு வந்த ராமதாஸ், ஊரில் இருந்து ஒரு கவரிங் பால் வாங்கி வந்திருந்தான். அந்த புத்தம் புது பந்தை கொண்டு, மாலையில் பள்ளிக்கூட மைதானத்தில் எறிபந்து விளையாடுவது என்பது யாருக்குத்தான் பிடிக்காது?

பள்ளி முடிந்ததும் பாபு ஆர்வ மேலீட்டால் ராமதாஸிடம் சென்று அவன் பந்தை வாங்கிப் பார்த்தான். மஞ்சள் நிறத்தில் நடுவே வளைவாக ஓடிய கோட்டுடன் கூடிய அந்தப் பந்தை தொட்டபோது ஓர் ஆனந்தப் பரவசம். வெறுமனே தூக்கிப்போட்டு எறிந்து ஆடலாம் என்று பாபு யோசனை தெரிவித்தான். ஆனால் கருணாநிதி, ராஜேந்திரன், ராஜதுரை உட்பட எல்லோரும் எறிபந்து விளையாடுவதில்தான் ஆசையாய் இருந்தார்கள். பாபுவுக்குக்கூட எறிபந்து விளையாடுவதில்தான் ஆசை.

ஆனால் எறிபந்து விளையாட்டில் ஒரு சின்ன சிக்கல் இருந்தது. எறிபந்து விளையாடினால் சட்டை அழுக்காகிவிடும். பாபுவிடம் இருந்ததோ ஒரே ஒரு சட்டைதான். திங்கள் கிழமை முதல் வெள்ளி வரை அதே சட்டையைத்தான் போடவேண்டும். பந்து கிடைப்பவர் பந்தை எடுத்து அருகில் இருப்பவர் மீது அடிக்க வேண்டும். யார் கைக்கு பந்து கிடைக்கிறதோ அவன் அடுத்தவன் மீது அடிக்கவேண்டும்.

அப்படி அடிக்க எறிவதுதான் எறிபந்து. உண்மையில் வேறு எந்த ஆட்டத்திலும் இந்த அளவுக்கு விறுவிறுப்பும் சுவாரஸ்யமும் இருக்காதுதான். அதிலும் கருணாநிதியை யாராலும் அடிக்கமுடியாது என்பது எறிபந்து விளையாடுபவர்களின் ஒருமித்த கருத்து. அடிக்கும் தூரத்தில் இருந்தாலும் அல்லது வெகு அருகில் இருந்தாலும் அவன் கடைசி வரை தன் மீது பந்து படாமல் தப்பிக்கும் மகா சாமர்த்தியசாலி.

பாபுவுக்கு தன் சட்டை அழுக்கானால் அது பள்ளிக்கூடத்தில் பந்து விளையாடியதை வீட்டில் காட்டிக் கொடுத்து விடும் என்ற பயம் மனசை ஆக்கிரமித்தது. இப்படி நினைத்துக் கொண்டு இருக்கும்போதே ராஜதுரை மட்டும் தன் சட்டையைக் கழட்டி புத்தகப் பையிடம் வைத்து விட்டு பனியனுடன் விளையாடத் தயாரானான். இந்த நண்பர் குழாமிலேயே சட்டைக்குள்ளே பனியன் போடும் ஒரே பையன் ராஜதுரைதான்.

ராஜதுரையின் அப்பா பெரிய கடை வைத்து இருந்தார் என்பதும் அவர்கள் கொஞ்சம் பணக்காரர்கள் என்பதும் பாபுவுக்குத் தெரியும். ஒரு சட்டைக்கு மறு சட்டை வாங்கித் தரவே சங்கடப்படும் தன் வீட்டுச் சூழலில், உள் பனியன் கேட்கவோ, நினைக்கவோ வாய்ப்பே இல்லை என்பது பாபு அறிந்ததுதான். ஆனாலும் ராஜதுரை பனியனைப் பார்த்ததும், அப்படி ஒரு பனியன் வாங்கித் தானும் போட்டுக் கொள்ள வேண்டும் என்ற ஆசை மிகுந்தது. கூடவே தான் பெரியவனாகி நிறைய சம்பாதித்து. நிறைய பனியன் வாங்கிப் போட்டுக் கொள்ள வேண்டும் என்றும் நினைத்துக் கொண்டான்.

எல்லோரும் பிடிவாதமாக எறிபந்துதான் விளையாட வேண்டும் என்று சொன்னபோது வேறு வழியில்லாமல்தான் சரியென்றான்.

பள்ளிக்கூடம் முடிந்து பெரும்பாலான பையன்கள் வீட்டை நோக்கி நடக்க ஆரம்பிக்க பாபு தன் நண்பர்கள் பட்டாளத்துடன் எறிபந்து விளையாட்டில் மூழ்கினான். விளையாட்டு தந்த மகிழ்ச்சியில் வீட்டை மறந்தான். வீட்டில் தொட்டிகளுக்கு தண்ணி இறைத்து ஊற்றும் வேலையை மறந்தான். மேற்கில் சூரியன் மறைந்து இருட்டத் தொடங்கும் போதுதான் வீட்டு நினைப்பு வந்தது.

அத்தியாயம் – 4

வீட்டை நெருங்க நெருங்க பாபுவுக்கு பயம் அதிகமானது. தாமதமாக வீட்டுக்கு வருவதை, எந்த மாதிரி பொய் சொல்லி சமாளிப்பது என்று விதவிதமாய் யோசித்தான். விளையாடிவிட்டு வந்தேன் என்று சொன்னால் நிச்சயம் திட்டுவார்கள். இந்நேரம் வீட்டுக்கு டியூஷன் படிக்க பிள்ளைகள் வந்திருக்க கூடும். தான் போனதும் இனிமேல்தான் இரண்டு தொட்டிகள் நிறைய தண்ணீர் நிரப்ப வேண்டும். ஏதாவது கடைக்கு போகச் சொன்னால் போக வேண்டும். தான் தவறு செய்து விட்டோமோ என்று பாபுவுக்கு குழப்பமாக இருந்தது. சரி வருவது வரட்டும் என்று யோசித்தபடியே பாபு வீடு வந்து சேர்ந்தான்.

வீட்டுக்கு ஊரில் இருந்து சில உறவினர்கள் வந்திருந்தனர். மாமாவும் அத்தையும் அவர்களோடு சுவாரஸ்யமாகப் பேசிக் கொண்டு இருந்தார்கள். பேச்சு சுவாரஸ்யத்தில் பாபு தாமதமாக வீடு வந்து சேர்ந்ததை யாரும் கண்டு கொள்ளவில்லை. அப்பாடா பிழைத்தோம் என்று பாபு நேரே வீட்டுக்குள் சென்று, குடங்களை எடுத்துக்கொண்டு கிணற்றடிக்கு போய்விட்டான்.

ஒவ்வொரு குடமாக நீர் இறைத்து இரண்டு தொட்டிகளையும் நிரப்புவதற்கு அவனுக்கு ஒரு மணி நேரம் ஆகக்கூடும். பாபுவுக்கு நீர் இறைப்பது ஒன்றும் கடினமான பணியாகத் தோன்றியதில்லை. இன்றும் அப்படிதான். ஒவ்வொரு வாளியாக இறைத்து, குடங்களை நிரப்பி, அவற்றை தூக்கிச் சென்று தொட்டியில் ஊற்றிவிட்டு வந்து மெல்ல நீர் இறைத்தபடி இருந்தான்.

கிணற்றில் நீர் இறைக்கையில் அவனுக்கு ஏதேதோ நிகழ்ச்சிகள் நினைவுக்கு வந்தன. மோடி மஸ்தான் உயிருள்ள பாம்புகளுடன் லாவகமாக பழகுவது பாபுவுக்கு பிரமிப்பாக இருந்தது. அவன் ஐந்து தலை நாகம் காட்டப் போவதாக சொன்னதை எண்ணிப் பார்த்தான். ஒரு வேளை அன்று அவர்கள் வந்த பிறகு காட்டியிருப்பானோ என்னவோ தெரியவில்லை என்று யோசித்தான்.

இத்தனைப் பெரிய கூட்டத்தில் ஐந்து தலைப் பாம்பை காட்டுகிறேன் என்று சொல்லிவிட்டு எப்படி காட்டாமல் இருக்க

முடியும் என்று தனக்குத்தானே கேட்டுக் கொண்டான். நல்ல வேளை அன்று உண்மையை சொன்னதினால் தமிழய்யாவிடம் அடி வாங்காமல் தப்பித்தோம். பாவம் சம்பத்தும் பெரியசாமியும் அடி வாங்கி விட்டார்களே என்று எண்ணிக் கொண்டான். உண்மையை சொன்னதற்காக தன்னை அடிக்காமல் விட்ட தமிழய்யா மீது உள்ள மரியாதை மீண்டும் உயர்ந்தது.

வகுப்பில் பாடம் நடத்தும் போது, தமிழய்யா எத்தனையோ கருத்துக்களைக் கூறுவார். வாழ்க்கையில் மனிதனுக்கு இலட்சியம் அவசியம் என்று சொன்ன அவர் கருத்து இவனுக்கு மிகவும் பிடித்துப் போனது. தனக்கு எதை லட்சியமாக வைத்து கொள்வது என்று புரியாமல் தவித்தான். பெரியவனாகி தமிழய்யா போல் அழகாக எதுகையும் மோனையும் கலந்து பேசுவதையே லட்சியமாக வைத்துக் கொள்ளலாமா என்று கூட யோசித்தான். அவனக்கு சட்டென்று ஒரு முடிவுக்கு வர முடியவில்லை.

நீச்சல் கற்றுக்கொள்வது என்றால் எங்கே போய் கேட்பது என்று புரியவில்லை. பல நேரங்களில் ஏரியை ஒட்டியுள்ள கிணறுகளில் பையன்கள் பொழுது முழுக்க நீச்சலடித்து விளையாடுவதை பார்த்திருக்கிறான். ஆனாலும் வீட்டில் சொன்னால் திட்டுவார்களோ என்ற பயத்தில் பாபு அதைப்பற்றி அதிகம் யோசிக்காமல் இருந்தான்.

சுகுமார் டைவ் அடித்த அழகும் தமிழய்யா வலியுறுத்திய இலட்சியமும் ஒன்று சேர்ந்து பாபுவுக்கு ஒரு பெரிய நீச்சல் வீரனாக வேண்டும் என்ற ஆசையை உருவாக்கிவிட்டது. சரி நீச்சல் கற்றுக் கொள்ள சுகுமாரையே கேட்போம் என்ற முடிவுக்கு வந்தான்.

அன்று இரவும் பாபுவுக்கு வழக்கம்போல் நிறைய கனவுகள். தான் நீச்சல் கற்றுக்கொண்டு மிக உயரத்தில் இருந்து குதித்து நீச்சல் அடிப்பது போலவும், தமிழய்யா போல் ஆவேசமாக மேடையில் பேசுவது போலவும், பள்ளிக்கூடம் போகும் வழியில் ஐந்து தலை பாம்பு காட்டுவதாக கூறும் மோடி மஸ்தான் அந்த பாம்பை காட்டியதாகவும், அது இவனை துரத்திக்கொண்டு வருவதாகவும் ஏதேதோ கனவுகள்.

மறுநாள் பள்ளிக்கூடத்தில், காலையில், இரண்டாம் பீரியட் கைத்தொழில் பீரியட். ஆரம்ப காலத்தில் கிராப்ட் கிளாஸ் என்று

அழைக்கப்படும் கைத்தொழில் வகுப்பில், சின்னச்சின்ன வேலைகள் கற்றுத்தந்தார்கள். கைத்தொழில் வகுப்பு நடத்தும் வாத்தியார் ஓய்வு பெற்ற பிறகு, பெரும்பாலும் கைத்தொழில் வகுப்பு வெறுமனே உட்கார்ந்து பேசிக்கொண்டிருப்பது என்று வழக்கமாகிப் போனது.

ஆனால் சமீப காலமாக கைத்தொழில் பாட வகுப்புக்கு ஒரு அதீத முக்கியத்துவம் கிடைத்துவிட்டிருந்தது. எல்லாவற்றுக்கும் காரணம் வகுப்பிலேயே உயரமான கருணாநிதிதான். கருணாநிதி, கைத்தொழில் பீரியடில் எல்லோரையும் சுற்றிலும் உட்கார வைத்து கதை சொல்வான்.

கருணாநிதியின் கதையில் மயங்கிய ஒரு கூட்டம் அவனை விட்டுவிலகுவதே இல்லை. அந்த கதைகளில் பெரும்பாலும் மந்திரவாதியிடம் சிக்கிக்கொண்ட இளவரசர்கள், ராஜகுமாரிகள் என்று கதை முடிவில்லாமல் நீண்டுகொண்டே போகும். எப்படி இந்த கருணாநிதி தொடர்ந்து முடிவேயில்லாமல் கதை சொல்லிக் கொண்டே போகிறான் என்று பாபுவுக்குக் கூட ஆச்சரியம்தான்.

இதை நினைத்தபோது, பாபுவுக்கு தினத்தந்தியில் வரும் கன்னித்தீவு கதைதான் ஞாபகத்துக்கு வந்தது. தான் சின்னப் பையனாய் இருக்கையிலிருந்து தொடர்ந்து படித்து வந்ததையும் கன்னித்தீவு கதை முடியாமல் நீண்டு கொண்டே போவதையும் நினைத்து கொண்டான்.

பாபு மூன்றாம் வகுப்பு படிப்பதற்காக மாமா வீட்டிற்கு வந்த போதுதான் முதன் முதலாக செய்தித்தாள் படிக்க ஆரம்பித்தான். மாமா வீட்டில் தினமும் காலையில் தினத்தந்தி பேப்பரை கடைக்காரர் கொண்டுவந்து போட்டு விடுவது வழக்கம். பாபு ஆரம்பத்தில் இதைப்பற்றி அக்கறை இல்லாமல் தான் இருந்தான்.

தினமும் பள்ளிக்கூடம் விட்டு மதிய உணவுக்கு வீட்டுக்கு வருவான். அப்படி மதிய உணவுக்கு வீட்டுக்கு வரும் நேரத்தில் எல்லாம், அத்தை சமையல் வேலைகளை முடித்துவிட்டு, ஆட்டுக் கல்லில் மாவாட்டிக் கொண்டு இருப்பார்கள். அப்படி மதிய உணவுக்காக 12 மணி வாக்கில் வீட்டிற்கு வந்தாலும்கூட ஒரு மணி சங்கு ஊதிய பிறகு, மாமாவும் பள்ளிக்கூடத்தில் இருந்து வந்த பிறகுதான் எல்லோரும் சேர்ந்து அமர்ந்து மதிய உணவு உண்பது வழக்கம்.

பாபு மூன்றாம் வகுப்பு படித்த காந்திஜி தொடக்கப் பள்ளி தினமும் மதியம் 12 மணிக்கெல்லாம் விட்டு விடும். வீட்டுக்கு மிக அருகில் இருக்கும் அந்தப் பள்ளிக்கூடத்தில் இருந்து பாபு உடனே வீட்டுக்கு வந்து விடுவான். மாவாட்டிக் கொண்டிருக்கும் அத்தை பொழுது போக்கிற்காக "அந்த பேப்பரில் என்ன போட்டிருக்கு?" என்று கேட்பார்கள். அத்தைக்கு சுத்தமாக எழுதப்படிக்கத் தெரியாது என்பதால் பாபுவுக்கு தினமும் அத்தைக்குப் பேப்பர் படித்து காட்டுவது ஒரு பொழுதுபோக்காக இருந்தது.

அதிலும் தினத்தந்தியில் பல்வேறு விஷயங்கள் சுவையாகவும், சுவாரசியமாகவும் சொல்லப்பட்டிருக்கும். "அண்ணனைக் கொலை செய்த தம்பி கைது" என்று பெரிய எழுத்தில் உள்ள தலைப்புச் செய்தியை பாபு படித்துக் காட்டுவான். உடனே அத்தை "அய்யய்யோ, எந்த ஊரில்?" என்று கேட்பார்கள். உடனே பாபு விரிவான செய்திகளை உள்ளே படித்துக் காட்டுவான்.

அப்பொழுதுதான் கன்னித்தீவு கதையை படிக்க ஆரம்பித்தான். பிறகு அதுவே தினசரி பழக்கமாயிற்று, எவ்வளவோ நாளாக தினத்தந்தி படித்த பாபுவுக்கு ஒரு விஷயம் மட்டும் புரியாத புதிராக இருந்தது. வெகுகாலமாக "கோவிலில் திருட்டு, ஆசாமி கைது", போலீசை தாக்கிய ஆசாமி கைது", என்று தினமும் பல்வேறு செய்திகள் வருவதை அத்தைக்குப் பேப்பரை படித்துக்காட்டும் போது படிக்க நேர்ந்தது. இப்படி படிக்கையில் பாபுவுக்கு மனசுக்குள் ஆச்சரியமாக இருந்தது. ஆசாமி என்ற பெயர் கொண்ட ஒரு ஆள் தொடர்ந்து எப்படி இத்தனை குற்றங்கள் செய்கிறான் என்று எண்ணிக் கொள்வான்.

ஆசாமி என்பது ஒரே ஆள் என்று பாபுவின் மனதில் ஒரு பிரமை உண்டாகியிருந்தது. யாரிடம் போய் கேட்பது என்று அவனுக்குத் தெரியவில்லை. கன்னித்தீவு கதையில் வரும் சிந்துபாத், மூசா மந்திரவாதி போல நமது ஊரிலும் ஆசாமி என்று ஒரு ஆள் இருப்பதாக பாபு எண்ணிக் கொண்டான். ஒவ்வொரு நாளும் விடிந்ததும், விடியாததுமாக அவன் அவசர அவசரமாய் தினத்தந்தி பேப்பரை புரட்டி 2ம் பக்கத்தில் உள்ள கன்னித்தீவு கதையை படிப்பதை வழக்கமாகக் கொண்டிருந்தான்.

சிந்துபாத்தும், லைலாவும், மூசா மந்திரவாதியும் உலகில் எங்கோ ஒரு இடத்தில் இருப்பதாகவும், இந்த கதையில் வரும்

சம்பவங்கள் எல்லாம் நிச்சயம் உண்மையாகத்தான் இருக்கும் என்றும் பாபு நம்பினான்.

அது போலத்தான் கருணாநிதி சொல்லும் கதைகளில் உள்ள சம்பவங்கள் எல்லாம் உண்மை போலவே தோன்றியது. கருணாநிதி கதையில் பறக்கும் குதிரைகளும், மாயாவிகளும், மந்திரவாதிகளும் சர்வசாதாரணமாக வந்து போவார்கள். நான்கு மற்றும் ஐந்தாம் வகுப்பு படிக்கும் காலத்தில் ராஜேஸ்வரிக்கு தான் சொன்ன கதைகள் இவ்வளவு சுவாரஸ்யமாக இருந்ததில்லை என்றும் பாபு நினைத்துக் கொண்டான்.

ஒரு நாள் பாபு கருணாநிதியுடன் விளையாட்டு மைதானத்தில் தனியாக இருந்து பேசிக்கொண்டிருக்கும்போது, “இந்த கதையெல்லாம் யார் உனக்கு சொன்னது? உனக்கு எப்படி இவ்வளவு கதைகள் தெரியும்? என்று கருணாநிதியிடம் கேட்டான். கருணாநிதி சிறிது கூட யோசிக்காமல் உடனே சொன்னான். “இதையெல்லாம் யாரும் சொல்லலைடா, எல்லாம் நானா யோசிச்சு யோசிச்சு சொல்றதுதான்” என்றான்.

பாபுவுக்கு கருணாநிதிமேல் இருந்த மதிப்பு அதிவேகமாய் உயர்ந்துவிட்டது. அதிலிருந்து அவனை “கட்டுக்கதை மன்னன்” என அழைக்க ஆரம்பித்தான். நாளடைவில் அந்த பெயரே அவனுக்கு நிலைத்துவிட்டது. இன்றும்கூட கைத்தொழில் வகுப்பில், கருணாநிதி கதை சொல்லிக் கொண்டிருந்தான்.

கருணாநிதி தான் கூறுவதை கதை என்று ஒப்புக்கொள்வான். ஆனால், சண்முகம் தினமும் வகுப்பில் ஏதாவது ஓர் தருணத்தில் வேறொரு மந்திரவாதியைப் பற்றி பாபுவுக்கு சொல்லத் தவறுவது இல்லை. தினமும் சண்முகம் சொல்லும் செய்திகளைக் கேட்டு பாபு மிகுந்த திகிலடைவது உண்டு. சண்முகம் ஏற்கெனவே சொல்லிய ஒரு விசயம் பாபுவின் மனசுக்குள் திகிலூட்டியபடியேதான் இருந்தது.

அவன் வீட்டுக்கு எதிர் வீட்டு மாடியில் ஒரு மந்திரவாதி இருப்பதாகவும் அவன் நள்ளிரவில் சண்முகத்தின் மீது டார்ச்லைட் வைத்து ஒளியை அடித்து அவனை வா வா என்று அழைப்பதாகவும் சொல்லியிருந்தான். அதற்குப் பின் என்ன நடந்தது என்பதை இதுவரை சண்முகம் சொல்லாமேலேயே இருக்கிறான்.

இன்று கருணாநிதி கதை சொல்லி முடித்ததும் மறக்காமல் சண்முகத்திடம் மந்திரவாதி விசயம் என்னவாயிற்று? என்று விசாரிக்கவேண்டும் என்று முடிவு செய்தபடி கருணாநிதி சொன்ன

கதையை கேட்டுக்கொண்டு இருந்தான். கருணாநிதியை சுற்றி, 10, 15 மாணவர்கள் கண்களில் திகிலோடும் நாடித்துடிப்பு அதிகமாகும் வண்ணம் வேட்கையோடும் கதை கேட்டபடி உட்கார்ந்து இருந்தார்கள்.

பாபு கருணாநிதிக்கு மிகவும் வேண்டியவன் என்ற முறையில் அவன் உடம்போடு உடம்பு உரசியபடி உட்கார்ந்து இருந்தான். கருணாநிதி மிகச் சரளமாக கதையை கொண்டு போய்க் கொண்டிருந்தான். மிகவும் திகிலான கட்டத்தில் இரண்டாம் பீரியட் முடிந்ததற்கான பெல் அடித்தது. கருணாநிதி மிச்சக் கதையை அப்புறம் சொல்வதாக முடித்துக் கொண்டான். மூன்றாம் பீரியட் கணக்கு. ஒரு நிமிடம் தாமதம் ஆனாலும் கணக்கு வாத்தியார் பிரம்பால் விளாசி விடுவார் என்ற அச்சத்தில் அனைவரும் சிறுநீர் கழிக்கச் சென்றனர்.

அத்தியாயம்–5

அன்று ஞாயிற்றுக்கிழமை காலையில் அத்தை தூக்கு நிறைய மிளகாயையும் மல்லியையும் கொடுத்து, மிஷினுக்கு போய் அரைத்து வரச் சொன்னார்கள்.

இந்த அரவை மிஷின், வீட்டிலிருந்து சற்று தூரத்தில் ஆலமரத்தடியில் உள்ள மார்க்கெட் அருகில் இருந்தது. மாவு அரைக்கும் இடத்தில் எப்பவும் கூட்டமிருக்கும். அந்த இடத்திற்குப் பக்கத்தில் பாபுவின் நண்பர்கள் சிலர் வீடு இருந்தது. இந்த மாதிரி வேலைகளுக்குப் போவதென்றால் பாபுவுக்கு ரொம்ப இஷ்டம்.

மாவு அரைக்கும் இடத்திற்கு கொண்டு போய் தூக்கு இரண்டையும் வரிசையில் வைத்துவிட்டு தன் நண்பர்களைப் பார்த்துவிட்டு, ஜாலியாக பேசி அரட்டை அடித்துவிட்டு வீட்டுக்கு வருவதில் எவ்வளவு நேரம் ஆனாலும் கேள்வி கேட்க முடியாது. ஏனென்றால் மொத்த ஊருக்கும் உள்ள ஒரே ஒரு அரவை மிஷின் என்பதால் அங்கு எப்பவும் கும்பலாய் இருக்கும் என்ற விஷயம் எல்லோருக்கும் தெரிந்தே இருந்ததால், வீட்டில் யாரும் ஏன் இவ்வளவு நேரம் என்று கேள்வி கேட்க மாட்டார்கள்.

அன்றும் அப்படித்தான் தூக்கு இரண்டையும் வரிசையில் வைத்துவிட்டுத் தன் நண்பர்களைப் பார்க்க வெளியே வந்தான். சற்று தூரத்தில் உடம்பெங்கும் தூசிபடிய தலை எல்லாம் கலைந்திருந்த பையனை பார்த்ததும் அது மணிமாறன்தான் என்று பாபுவுக்கு தெரிந்துவிட்டது. பாபுவை பார்த்த மணிமாறனும் உற்சாகத் துடிப்பில் "டேய் பாபு" என்று குரல் கொடுத்தான்.

மணிமாறனை நெருங்கிய பாபு "என்னடா மணி, வேஷம் போட்ட மாதிரி இருக்க?" என்று வினவினான். "இந்த சீயக்கா கம்பெனியில்தான் நான் வேலை செய்றேன்" என்று மணிமாறன் கூறினான். மணிமாறன் மீது சீயக்காய் நெடியடித்ததை பாபுவின் நாசித்துவாரங்கள் உணர்ந்தன.

பாபு மணிமாறனிடம் "வாடா மணி, பக்கத்துலதான் நம்ம ராமதாஸ் வீடு இருக்கு,. வரியா போய் அவனை பார்க்கலாம்?" என்றான். சட்டென்று மணிமாறன் "சேச்சே அதெல்லாம் முடியாதுடா, முதலாளி வந்தார்னா திட்டுவார். இன்னைக்கு ஏனோ தெரியலை சீயக்கா பொட்டலம் போடற வேலை வேகமா நடக்கலை. இன்னைய பொழுதுக்கு 3, 4 ரூபாய் கூலி கூட தேராது போல இருக்கு. எங்க அம்மாவுக்கு வேற 4 நாளா காய்ச்சல். டாக்டர் கிட்டக் கூட்டிட்டுப் போகக்கூட காசு இல்லை" என்று சொல்லிக்கொண்டிருந்தவன், "டேய் எங்க முதலாளி வர்றாரு, நாம் அப்புறம் பார்ப்போம்" என்று சட்டென்று உள்ளே போய்விட்டான்.

பாபுவுக்கு ஒரு கணம் என்னவென்று புரியவில்லை. இவன் ஏன் முதலாளியைக் கண்டு இப்படி பயப்படுகிறான். ஒருவேளை முதலாளி தன் சொற்படி கேட்காதவர்களை வேலையை விட்டு நிறுத்தி விடுவாரோ என்னவோ என்று நினைத்தபடி ராமதாஸ் வீட்டை நோக்கி நடந்தான்.

பாபுவுக்கு மணிமாறன் என்றால் கொள்ளை பிரியம். போன வருஷம் வரைக்கும் முதல் பெஞ்சில் பாபு, மணிமாறன், சம்பத் மூவரும்தான் ஒன்றாக அமர்ந்திருப்பார்கள். தமிழ் ஐயாவுக்கு பாபு செல்லப்பிள்ளை என்பதுபோல் கணக்கு வாத்தியாருக்கு மணிமாறன் செல்லப்பிள்ளை. சயின்ஸ் வாத்தியாருக்கு சம்பத் செல்லப்பிள்ளை. வகுப்பில் கணக்கு வாத்தியார் வீட்டுப்பாடம் கொடுக்கும் பொதெல்லாம், அதைப் பள்ளிக்கூடத்திலேயே செய்து முடித்துவிடும் வல்லமை பெற்றவன் மணிமாறன். பல நேரங்களில் மொத்த வகுப்புமே மணிமாறனின் கணக்கு நோட்டைப் பார்த்துத்தான் வீட்டுப்பாடம் காப்பியடிக்கும்.

இப்படித்தான் ஒருமுறை கணக்கு வாத்தியார் நிறைய கணக்குகளை வீட்டுப்பாடமாக கொடுத்தார். சனி, ஞாயிறு அல்லாமல் கூடவே இரண்டுநாள் ஏதோ பண்டிகைக்காக லீவு வந்து விட்டதால் கணக்கு வாத்தியார் எக்கச்சக்கமாக வீட்டுப்பாடம் கொடுத்தார். லீவு முடிந்து, பண்டிகை முடிந்து பள்ளிக்கூடம் திறந்த அன்றைக்கு வகுப்பில் பெரும்பாலான மாணவர்கள் கணக்கு வீட்டுப்பாடம் செய்யாமல் வந்திருந்தனர்.

நல்லவேளை அன்று மதியம் இரண்டாவது பீரியடுதான் கணக்கு என்பதால் காலையிலிருந்து ஆளாளுக்கு மணிமாறன்

கணக்கு நோட்டைப் பார்த்துக் காப்பியடித்துக் கொண்டிருந்தனர். உணவு இடைவேளையின்போதும் இந்தக் காப்பியடிக்கும் பணி மும்முரமாக நடந்தது. மதியம் கணக்கு பீரியட் வந்தபோது ஒவ்வொருவராக தங்கள் நோட்டுகளை கணக்கு வாத்தியாரிடம் கொடுத்து டிக் வாங்கும் வேலை நடந்து கொண்டிருந்தது.

மணிமாறன் முறை வந்தபோது மணிமாறனுடைய கணக்கு நோட்டை காணவில்லை என்பது தெரிய வந்தது. வகுப்பில் அதிமக்கு என்று சொல்லப்படும் சுப்பிரமணி கூட வீட்டுப்பாடங்களைச் சரியாக முடித்து கணக்கு வாத்தியாரிடம் கையெழுத்து வாங்கிவிட்ட நிலையில், மணிமாறனுடைய கணக்கு நோட்டை மட்டும் காணவில்லை.

என்ன நடந்திருக்கும் என்பது சொல்லாமலேயே எல்லோருக்கும் புரிந்துவிட்டது. மணிமாறன், நிலைமையை சமாளிக்க, கணக்கு நோட்டு எடுத்து வர மறந்துவிட்டதாக கணக்கு வாத்தியாரிடம் கூறினான். தான் அவருக்கு செல்லப்பிள்ளை, தன்னை அடிக்க மாட்டார் என்ற நினைப்பிலிருந்த மணிமாறனுக்கு அன்று சரியான அடி விழுந்தது.

அன்று வகுப்பே அதிர்ந்து போனது. கணக்கு வாத்தியார், "இந்த அடி எதுக்குன்னு மணிமாறனுக்கு தெரியும். அவன் கணக்கு நோட்டு கொண்டு வராததற்காக அடிச்ச அடி இல்லை. இது ஏன் என்று உங்க எல்லோருக்கும் கூடத் தெரியும்" என்றார்.

கணக்கு வாத்தியார் பேசியதன் அர்த்தம் ஓரளவுக்கு எல்லோருக்கும் தெரிந்துதான் இருந்தது. கணக்கு நோட்டை மொத்த வகுப்புக்கே காப்பியடிக்க கொடுத்தற்கான அடி அது. ஒருவர் மாற்றி ஒருவர் மணிமாறன் நோட்டில் உள்ள கணக்குகளை காப்பியடித்து விட்டு ஆளாளுக்கு அந்த நோட்டை உனக்கு எனக்கு என்று எடுத்துச் சென்றவர்கள் கடைசியில் அதை மணிமாறனிடம் சேர்க்கத் தவறியதன் விளைவுதான் அந்த அடி.

எத்தனையோமுறை வகுப்பில் கணக்கு வாத்தியார் மணிமாறனை ஓகோ என்று புகழ்ந்து பாராட்டி சொல்லியிருக்கிறார். ஒரு நாள் ஒரு கணக்கை கணக்கு வாத்தியார் தவறாக போட்ட சமயத்தில், மணிமாறன் துணிச்சலாக அது தவறு என்று வாதிட்டான். அதேபோல் கணக்கு புத்தகத்தில் கடைசியில் விடைகள் கொடுத்திருக்கும் பகுதியில் ஒரு சில கணக்குகளுக்கு தவறான

விடைகள் கொடுக்கப்பட்டிருப்பதைக் கண்டுபிடித்து சொன்னவனும் மணிமாறன்தான்.

இன்னொருமுறை, கணக்கு வாத்தியார் கரும்பலகையில் கணக்கு போட்டு முடித்த பிறகு, மணிமாறன் எழுந்து "இந்த கணக்கை வேறு முறையிலும் போடலாம் சார்" என்றபோது, அவன் மீதுள்ள அன்பினால் அவனைக் கூப்பிட்டு கரும்பலகையிலேயே போடச் சொன்னார்.

கணக்கு வாத்தியார் போட்ட கணக்கு கரும்பலகையில் அப்படியே இருக்க, மணிமாறன் அதற்குப் பக்கத்திலேயே அதே கணக்கை வேறு வழியில் போட்டுக் காண்பித்தான். மாணவர்கள் எல்லோரும் மணிமாறன் சொல்லும் வழிதான் எளிதாக புரிகிறது என்றபோது கணக்கு வாத்தியார் அவனை அணைத்து கட்டிக்கொண்டார். "டேய் நான் சொல்றேன், மணிமாறன் நிச்சயமா கணித மேதை ராமானுஜம் போல் வருவான்" என்று புகழ்ந்து கூறினார்.

வகுப்பில் அத்தனை பேரிலும் சம்பத் மட்டும் துணிச்சலாக எழுந்து நின்று "ராமானுஜம்னா யார் சார்?" என்று கேட்டான். மிகவும் மகிழ்ந்து போன கணக்கு வாத்தியார் அன்று கணக்கு நடத்துவதை விட்டுவிட்டு ராமானுஜம் என்பவர் யார், எந்த ஊர், அவர் எப்படி தமிழ் நாட்டுக்குப் பெருமை சேர்த்தார், உலக அரங்கில் புகழ் பெற்றார் என்றெல்லாம் கதை சொன்னார்.

அப்பேர்ப்பட்ட ராமானுஜத்துடன் ஒப்பிட்டுப்பேசிய கணக்கு வாத்தியார், இன்று மணிமாறனை பிரம்பால் வெளுத்து விட்டார். மணிமாறன் அதற்காக பெரிதாய் அழவில்லை என்றாலும் அவன் முகம் வாடி வதங்கியிருந்தது. பள்ளிக்கூடம் முடிந்தபின் நண்பர்கள் எல்லோரும் மணிமாறனிடம் மன்னிப்புக் கேட்டனர்.

தன் புத்தகங்களோடு கலந்து உள்ளே வைத்திருந்த மணிமாறனுடைய கணக்கு நோட்டை அழகேசன் என்ற பையன் கொண்டுவந்து கொடுத்துவிட்டு, "டேய் மணி, உன் நோட்டு காணோம்னு சொன்ன விநாடியே அது எங்கிட்டதான் இருக்குன்னு தெரிஞ்சிடுச்சிடா, ஆனா கணக்கு வாத்தியார் முன்னால அதை எப்படி கொடுக்கிறதுன்னு தெரியலை. கொடுத்தா, அவன் நோட்டை ஏன் வாங்கி காப்பியடிச்சேன்னு என்னை அடிப்பார்னு பயந்துகிட்டு பேசாம இருந்தேன். மன்னிச்சுடுடா மணி" என்றான்.

அன்று ஒன்றும் சொல்லாமல் ஒரு துக்கமான மன நிலையில் எல்லோரும் பிரிந்து சென்றனர். பலரின் மனதில் தங்களால்தான் மணிமாறனுக்கு அடி விழுந்தது என்ற குற்ற உணர்ச்சி மேலோங்கியிருந்தது.

ஒரே பெஞ்சில் மணிமாறன், பாபு, சம்பத் மூவரும் இருந்தாலும் அவர்களுக்குள் வேறு வேறு விசயங்களில்தான் ஈடுபாடு. மணிமாறனுக்கு கணக்கும், சம்பத்துக்கு விஞ்ஞானமும், பாபுவுக்கு தமிழும் மிகவும் பிடித்த பாடங்கள். ஆனால் மூவருக்கும் பிடிக்காத ஒரு பாடம் இருந்தது என்றால் அது ஆங்கில வகுப்புதான். தினமும் ஆங்கில வகுப்பு என்றாலே மொத்த வகுப்பே மனச்சலிப்போடுதான் இருக்கும்.

ஏழாம் வகுப்பு வந்துவிட்ட நிலையிலும்கூட வகுப்பில் சில மாணவர்களுக்கு தங்கள் பெயரை முழுதாக ஆங்கிலத்தில் எழுத வராது. இன்னும் பல பேருக்கு ஆங்கிலத்தில் கோர்த்து எழுதுவதில் சிரமம் இருந்தது. பாபு எப்படியோ எழுத்துக்களை ஒட்ட வைத்து கோர்த்து எழுத கற்றுக்கொண்டான்.

சம்பத் கையெழுத்தில் மயங்காதவர்கள் யாருமில்லை என்பதனால் அவனும்கூட ஓரளவுக்கு நன்றாக ஆங்கிலம் எழுதுவான். மணிமாறன்தான் சுத்த மோசம். மணிமாறனுக்கு ஆங்கிலத்தில் பெரிய எழுத்து, சின்ன எழுத்து இவைகளிலேயே குழப்பம் இருந்தது. இந்த ஆங்கிலம் மட்டும் இல்லேன்னா நான் எப்படி படிப்பேன் தெரியுமாடா என்று மணிமாறன் சொல்லுவான். கணக்கில் 100/100 வாங்கி சாதனை புரியும் மணிமாறன் ஆங்கிலத்தில் மட்டும் 20, 30 என்று மார்க் வாங்குவான்.

எப்பவும் ஆங்கில வகுப்பு என்றால் எல்லோருக்குமே கசப்புதான். அதிலும் வாரத்துக்கு ஒருமுறை க்ராமர் என்ற பெயரில் நடத்தப்படும் பாடங்கள், ஒருநாளும் யாருக்கும் புரிந்ததாகத் தெரியவில்லை. ஒவ்வொரு வருடமும் தட்டுத்தடுமாறி ஆங்கிலத்தில் மனப்பாடப் பாட்டு, ஆப்போசிட்ஸ், அது இது என்று எழுதி பாசாகி வந்தனர். மணிமாறன் எவ்வளவுக்கு எவ்வளவு கணக்கு போடுவதில் விருப்பமும் வேட்கையும் மிக்கவனாக இருந்தானோ அதற்கு நேர் மாறாக ஆங்கிலத்தின் மீது வெறுப்பும் தாழ்வு மனப்பான்மையும் கொண்டிருந்தான்.

ஆங்கில வாத்தியார் பாடம் நடத்தும்போது ஆளுக்கு ஒரு பாரா படிக்கச் சொல்லுவார். முதல் பெஞ்சில் முதல் மாணவனில்

ஆரம்பித்து ஒவ்வொருவராக எழுந்து நின்று படிக்க வேண்டும். சம்பத், பாபு, மணிமாறன் மூவரும் தங்கள் முறை வருவதற்குள் தங்களுக்கு எந்தப் பாரா வரும் என்று கணக்கிட்டு அந்த பாரா சிறிதா, பெரிதா என்று பார்த்து, அந்த பாராவை ஒருசில முறை படித்து தயார் செய்து கொள்வார்கள். அவர்கள் முறை வரும் அந்த தருணங்களுக்காக காத்திருக்கும் நிமிடங்கள் ஒவ்வொன்றும் ஒரு யுகமாக தெரியும். பாபுவும் சம்பத்தும் எப்படியோ தட்டு தடுமாறி தங்களுக்கு வரும் பாராவை படித்து விடுவார்கள்.

மணிமாறன் மிகுந்த பதற்றத்தோடு ஒரு வரி படிப்பதற்குள் திக்கித் திணறி தடுமாறி மிரண்டு போய்விடுவான். பக்கத்தில் இருக்கும் பாபு கூடவே வார்த்தைகளை மெல்ல ஆசிரியர்க்கு கேட்காத வகையில் சொல்லிக் கொடுத்தாலும்கூட பயத்தினால் மணிமாறன் தடுமாறுவது வழக்கமான சங்கதிதான்.

கணக்கு வகுப்பில் சிங்கம்போல் இருக்கும் மணிமாறன் ஆங்கில வகுப்பில் பயந்து நடுங்கும் ஒரு பூனைக்குட்டிபோல் ஆகிவிடுவதுதான் மிகவும் விநோதமானது. இந்த நிலைமையில்தான் ஏழாம் வகுப்பு முடிவுகள் வந்தது.

பள்ளிக்கூட வளாகத்து நோட்டீஸ் போர்டில் போடப்பட்டிருந்த பரிட்சை முடிவுகளில் "பாஸ்" என்று அறிந்த மூவரும் மகிழ்ச்சியில் திளைத்தனர். பள்ளிக்கூடத்தில் இருந்து கிளம்பி நேராக பெரிய ஏரி அரச மரத்தடியில் கூடி பேசிக் களித்தனர். கோடை காலம் என்பதால் பெரிய ஏரி வற்றிப் போய் நீர் இன்றி இருந்ததால் மூவரும் மெல்ல ஏரிக்குள் இறங்கி சற்று தொலைவில் இருந்த அரண்மனையை நோக்கி நடந்தனர்.

மூன்று அடுக்குள்ள அரண்மனை பெரிய அளவில் சேதமடைந்து கடந்த கால நிகழ்வுகளின் சாட்சியாக நின்று கொண்டிருந்தது. அரண்மனையின் ஜன்னல் கதவுகளின் இருந்த மரச் சட்டங்கள் என்றோ களவாடப்பட்டு வெறுமையாக காட்சியளித்தன. ஆங்காங்கே காதல் ஜோடிகள் தங்கள் பெயர்களைப் பொறித்து வைத்திருந்தனர்.

ஏரி நிரம்பி வழிந்தாலும், உள்ளே நீர் வராத அளவிற்கு கட்டப்பட்டிருந்தது அரண்மனை. அந்தக் காலக் குறுநில மன்னரோ, ஜமீன்தாரோ, ஓய்வெடுக்க ஏரிக்கு நடுவில் கட்டப்பட்ட அரண்மனை இது என்று சொல்லுவதுண்டு. இது எப்போது யாரால்

கட்டப்பட்டது என்பதைச் சொல்ல யாருமில்லை. மூவருக்கும் அதைப் பற்றியெல்லாம் கவலையில்லை. மேலே கீழே ஏறி மகிழ்ந்து விளையாடிய மூவரும் களைத்த பின் வீடு திரும்ப முடிவெடுத்தனர்.

திரும்பி வரும்போது பாபு நண்பர்களைப் பார்த்து, "டேய் நாளைக்கு நாம கணக்கு வாத்தியார் ஊருக்குப் போய் நாம பாஸான செய்தியை சொல்லிட்டு வரலாமா? என்றான். ஏகோபித்த குரலில் மற்ற இருவரும் சரி என்றனர்.

மணிமாறன் மீது மிகுந்த அன்பும் அக்கறையும் கொண்டவர் கணக்கு வாத்தியார். அவர் பக்கத்து ஊரிலிருந்து தினமும் சைக்கிளில் பள்ளிக்கூடம் வருவார். மூவரும் சைக்கிள் எடுத்துக் கொண்டு கணக்கு வாத்தியார் ஊரான செல்லிப்பாளையத்திற்குப் போய், 7ம் வகுப்பு பாஸான செய்தியைச் சொன்னார்கள். அவர்கள் பாசான செய்தியைக் கேட்ட கணக்கு வாத்தியார் தனக்கு இது முன்னமே தெரியும் என்று கூறி சிரித்தார். மூவரும் அவரோடு பயத்தோடும் பக்தியோடும் பேசி சிரித்து மகிழ்ந்தனர்.

சற்று நேரம் கழித்து ஊருக்குக் கிளம்பியவர்களைத் தன்னுடைய தோட்டத்துக்கு அழைத்துப்போய் இளநீர் பறித்துக் கொடுத்தார். "மத்தியான சோறு தின்னுட்டுத்தான் போகணும்" என்றார். வாத்தியார் சொல்லைத் தட்ட முடியாத மூவரும் அன்று கணக்கு வாத்தியார் வீட்டில் மத்தியான சாப்பாடு சாப்பிட்டுவிட்டு ஊர் வந்து சேர்ந்தார்கள்.

கோடை விடுமுறை முடிந்து பள்ளிக்கூடம் திறந்தபோது மணிமாறன் பள்ளிக்கூடம் வரவில்லை. ஒரு சில நாட்கள் கழித்தும் மணிமாறன் பள்ளிக்கூடம் வராததைக் கண்டு அவனைத் தேடி வீட்டுக்குப் போனார்கள்.

மணிமாறன் அம்மா "மணி இனிமே ஸ்கூலுக்கு வரமாட்டான்ப்பா, அவங்க அப்பாவுக்கும் உடம்பு சுகமில்லாமபோய் வேலைக்குப் போறதில்லை. அதனால மணிய நாங்க இனிமே பள்ளிக்கூடத்துக்கு அனுப்பமாட்டோம். அவன் வேலைக்கு போகப் போறான்" என்று கூறினார்கள்.

மணிமாறனும் "எங்க வீட்ல பள்ளிக்கூடம் போக வேண்டாம்னு சொல்லிட்டாங்கடா. நா இனிமே வரமாட்டேன்" என்றான். கணக்கு வாத்தியாரால் வருங்கால ராமானுஜம் என்று புகழப்பட்ட

மணிமாறன் படிப்பு இப்படி பாதியில் முடங்கிப் போனது கண்டு பாபுவும், சம்பத்தும் மனசு ஒடிந்து போனார்கள்.

வெகுகாலம் அவர்களுக்குப் பள்ளிக்கூடத்தில் மணிமாறன் பற்றிய நினைப்பு தீரவில்லை. எத்தனையோ தடவை ஒருவருக்கொருவர் பேசும்போது வாய் தவறி "இல்லடா மணி" என்று இல்லாத மணிமாறனைக் கூப்பிட்டு பேசியிருக்கிறார்கள். இதையெல்லாம் நினைத்தபடி பாபு ராமதாஸ் வீட்டை அடைந்தான்.

ராமதாஸின் அம்மா "ராமதாஸ் துண்ட எடுத்துக்கிட்டு அவன் கூட்டாளிகளோட காலைல போனவம்ப்பா, இன்னும் வரல" என்று தகவல் சொன்னார். ராமதாசுக்கு அவன் இருந்த உடையார் தெருவில் ஏகப்பட்ட நண்பர்கள். அவர்கள் எல்லோரும் கூட்டமாக விடுமுறை நாட்களில் ஏரி கிணறுகளில் குளித்து மகிழ போய்விடுவது வழக்கம். சரி என்று திரும்பிய பாபு அடுத்த வீதியிலுள்ள அன்பு வீட்டுக்குப் போகலாம் என்று எண்ணியபடி அவன் வீட்டை நோக்கி நடந்தான்.

ராமதாஸை நினைக்கையில் பாபுவுக்குப் பொறாமையாக இருந்தது. காலையில் நண்பர்களுடன் குளிக்கப்போனவன் இந்நேரமாகியும் திரும்ப வரவில்லை. எல்லோரும் அவரவர் இஷ்டப்படி மகிழ்ச்சியாக வாழ்வதாகவும் தான் ஒருவன் மட்டும் சிறகுகள் வெட்டுண்ட பறவையைப் போல் மாமா வீட்டின் சட்டத் திட்டங்களுக்குக் கட்டுப்பட்டு அடிமையாக வாழ நேர்ந்துவிட்டதாகவும் எண்ணி வருந்தினான்.

மாமா வீட்டில் எவ்வளவுதான் வசதியாக வாழ்ந்தாலும் சொந்த அம்மா அப்பாவிடம் கிடைக்கக்கூடிய உரிமையும் சுதந்திர காற்றும் இங்கு இல்லை என்பதை அவன் மனது உணர்ந்து இருந்தது. எல்லாம் ஒரு கணம்தான். அதற்குள் அன்பு வீட்டை அடைந்துவிட்டான்.

அன்பு வீட்டுக்குள் கயிற்று கட்டிலில் படுத்துக்கொண்டு ஒரு புத்தகம் படித்தபடி இருந்தான். பக்கத்தில் ஏகப்பட்ட புத்தகங்கள் சிதறிகிடந்தன. பாபுவை கண்ட அன்பு உற்சாகமடைந்தான். "ஏய் பாபு இந்த புத்தகத்தையெல்லாம் பாருடா அற்புதமான கதைகள் இருக்கு" என்று பாபுவிடம் புத்தகங்களை கொடுத்தான்.

அன்பு சொன்னான், "டேய் பாபு இந்தக் கதைகளில் வரும் வேதாளன் ஒரு மாபெரும் வீரன். தைரியசாலி. நீதியை நிலை நாட்டுவதற்காக காட்டுக்குள்ளே வாழ்பவன். காட்டுக்குள்ளே அவனுக்கென்று தனியே ஒரு கபால மாளிகை, குகை வடிவில் இருக்கு. அவனோடு ஒரு அற்புதமான குதிரையும் அறிவுமிக்க நாயும் வரும். இதை பாத்தியா, இதுதான் வேதாளன். பக்கத்தில் இருக்கிறது அவனுடைய குதிரையும் நாயும்" என்று ஒரு புத்தகத்தை எடுத்து பாபுவின் கையில் கொடுத்தான்.

புத்தகத்தின் அட்டையில், மாயாவி வேதாளன் தோன்றும் "ஊகூறுப் பிடாரி" என்று எழுதியிருந்தது. "இந்த ஒரு கதையை படிடா.... அப்புறம் தெரிஞ்சிடும் யார் வேதாளன்ங்கறது. இந்த கதைகள் எல்லாத்தையும் நான் எப்பவோ படிச்சி முடிச்சிட்டேன். நீயும் படி, ரொம்ப ஜாலியா இருக்கும்" என்று கூறி அன்பு புத்தகங்களைக் கொடுத்தான்.

பாபுவுக்கு "ஊகூறுப் பிடாரி" என்ற தலைப்பே உள்ளத்தைக் கொள்ளை கொண்டது. அதை உடனே படிக்கும் என்ற ஆர்வம் பொங்க, "அன்பு இதை படிச்சிட்டுத் தரேன்டா" என்றான். அன்புவும் சரி என்று சொல்ல பாபு அந்தப் புத்தகங்களை எடுத்துக் கொண்டு நேரமாகிவிட்ட எண்ணத்தில் அரவை மிஷின் நோக்கி ஓடினான்.

அரவை நிலையத்தில் கூட்டம் குறைந்த மாதிரி தெரியவில்லை. பக்கத்தில் போய் விசாரித்தபோதுதான் வெகுநேரமாக கரண்ட் இல்லை என்பது தெரிய வந்தது. "அப்பாடா" என்று பெருமூச்சு விட்டான். கரண்ட் இல்லாத காரணத்தால், தான் லேட்டாக போனால் பிரச்சனை இருக்காது என்ற தைரியத்தில் ஒரு ஓரமாக உட்கார்ந்து அந்த ஊகூறுப் பிடாரி கதையை படிக்க தொடங்கினான்.

அத்தியாயம் – 6

மாமா வீடு மிகவும் பெரியது. மாமா வீட்டில் அவர் பெண்கள் 5 பேர் உட்பட குடும்பமும் பெரியது. பாபு பள்ளிக்கூடம் போவதும், எஞ்சிய நேரங்களில் ஓயாமல் வீட்டு வேலை செய்வதுமாக பொழுதைக் கழித்துவிடுவான். சாப்பிடும் உறங்கும் நேரங்கள் தவிர்த்து பாபுவின் வாழ்க்கை இயந்திரமயமாகத்தான் இருந்தது. மாமாவின் வீட்டுக்கு அடிக்கடி உறவினர்கள் வந்து போவதும், காலையிலும் மாலையிலும் டியூஷன் படிக்க மாணவ மாணவியர்கள் வருவதுமாக, வீடு எப்போதும் ஜனரஞ்சகமாகவே இருக்கும்.

மாமாவின் பெண்களில் இளையவள் மட்டும் பாபுவுடன் பிரியத்தோடு இருப்பாள். வயதில் மூத்தவர்களான மற்றவர்களுடன் பாபு பெரிதாக ஒரு நெருக்கத்தை வளர்த்துக் கொள்ளவில்லை. அவர்கள் கூப்பிட்டக் குரலுக்குப் போவதும், சொன்ன வேலையை செய்வதுமாக ஒரு இயந்திரகதியில்தான் இயங்கினான். ஆனால் இளையவள் மட்டும் பாபுவிடம் ஓர் உணர்வுபூர்வமான அன்பையும் பாசத்தையும் காட்டினாள். அனேகமாக இருவரும் ஒரே வயது உடையவர்களாக இருந்ததும், ஒரே வகுப்பு படித்ததும்கூட காரணமாக இருக்கக்கூடும்.

இளையவளான சீதா, மெலிந்தும் அடிக்கடி நோய்வாய்படக்கூடிய உடல்வாகும் உடையவளாய் இருந்தாள். உடல் நலிவுற்ற தருணங்களிலும் மற்றைய பொழுதுகளிலும் பாபு அவளுக்கு உதவியாக இருந்ததுகூட அவளின் பாசத்திற்குக் காரணமாக இருக்கக்கூடும். இப்படி அடிக்கடி நோய்வாய்ப்படும் மகளைப் பற்றி அத்தைக்கு எப்பொழுதும் பெரும் கவலைதான்.

மாறிமாறி ஜோசியர்களை பார்ப்பதும், கோவில்களுக்கு நேர்ந்து கொள்வதும் அத்தை வழக்கமாக செய்யக்கூடியக் காரியங்கள். யாரோ ஒரு ஜோசியரின் அறிவுரைப்படி செவ்வாய், வெள்ளியில் நெய் விளக்கு போட கோவிலுக்கு போகும் தருணங்களில் எல்லாம், பாபு துணைக்குப் போவது என்பது பாபுவின் மற்ற

வழக்கமான கடமைகளில் ஒன்றாக சேர்ந்து கொண்டது. ஆனால் இந்த வேலையை பாபு மிகுந்த மகிழ்ச்சியோடும் விருப்பத்தோடும் செய்து வந்தான். செவ்வாய், வெள்ளி கிழமைகளில் பள்ளிக்கூடம் முடிந்து வீட்டுக்கு வந்ததும், வழக்கம்போல் கிணற்றில் இருந்து நீர் இறைத்து ஊற்றிவிட்டு சீதாவுடன் மிக்க மகிழ்ச்சியோடு சிவன் கோவிலுக்குப் போய் வருவான்.

சிவன் கோவிலின் நந்தி, கோவிலுக்குள் தவழும் ஒரு வித மணம், வாசலில் உள்ள மகிழம்பூ மரம், அதை சுற்றி அமைந்துள்ள மேடையில் உதிரும் மகிழம்பூக்களைப் பொறுக்கிச் சேர்த்து சீதாவிடம் கொடுப்பது என்று எல்லாமும் பாபுவுக்கு ரொம்ப பிடித்தமானவை.

வீட்டில் சீதாவைப் பிடிக்கும் என்றால் பள்ளிக்கூடத்தில் பிடித்தது ராஜேஸ்வரியைத்தான். பாபு வெளியூரில் இருந்து இந்தப் பள்ளிக்கூடத்தில் வந்து சேர்ந்த புதிதில் பக்கத்தில் உட்கார்ந்திருந்த ராஜேஸ்வரியும் மதியம் சோறூட்ட வந்த அவள் அம்மாவும் பாபுவை அன்போடு அரவணைத்தார்கள்.

ராஜேஸ்வரி தினமும் தான் கொண்டு வரும் தின்பண்டங்களை பாபுவைத் தவிர வேறு யாருக்கும் தர மாட்டாள். இது ஒன்றே பாபுவிற்கு ராஜேஸ்வரியை பிடிக்க காரணமாகிப் போனது.

பாபுவுக்கு அம்மா அப்பாவை விட்டு பிரிந்து வந்த ஏக்கமும் தனிமையும், ராஜேஸ்வரியின் நட்பாலும் அவள் கொடுத்த விதவிதமான தீனியாலும் மெல்ல மெல்லக் கரைந்து போனது. பள்ளிக்கூடம் விட்டு பாபு ராஜேஸ்வரி வீட்டை தாண்டித்தான் வரவேண்டி இருந்தது. தினமும் இருவரும் சேர்ந்தே வீடு திரும்புவதும், வழியில் ராஜேஸ்வரியை அவள் வீட்டில் விட்டுவிட்டு வருவதும் தினமும் நடக்கும் சங்கதிகளாகிப் போனது.

அவ்வப்பொழுது ராஜேஸ்வரியின் அம்மாவும் பாபுவை வீட்டுக்குள் அழைத்து தண்ணீர் கொடுப்பதும், தீனி கொடுப்பதுமாக உபசரித்தார்கள். தன் பெண் பிரியமுடன் பழகும் ஒரு குட்டிப் பையனை யாருக்குத்தான் பிடிக்காது. அதுவும் ஒரு சாலையை கடந்து வரவேண்டி இருக்கையில், தன் பெண் பத்திரமான ஒரு துணையுடன் வருவதை ஒரு தாய் உள்ளம் விரும்பி ஏற்றுக் கொண்டது.

ஐந்தாம் வகுப்பு வந்த பொழுது பாபு, ராஜேஸ்வரியுடனான நட்பு மிகவும் வளர்ந்து இருந்தது. இவர்கள் இருவரும்கூட உடலாலும் உள்ளத்தாலும் வளர்ந்து இருந்தார்கள். பாபுவும் ராஜேஸ்வரியும் ஓயாமல் பேசுவதற்காக வகுப்பில் அடி கூட வாங்கியிருக்கிறார்கள்.

ஐந்தாம் வகுப்பில் அரையாண்டு பரீட்சை முடிந்து லீவு முடிந்து எல்லோரும் வகுப்புக்கு வந்திருந்தார்கள். 10, 20 நாட்கள் கழித்து பார்த்ததில் எல்லோருக்கும் ஒரே பேச்சும் சிரிப்புமாக இருந்தது. ராஜேஸ்வரி பாபுவை அழைத்து தன் பென்சில் டப்பாவை திறந்து காட்டினாள். அதற்குள் பென்சிலின் தலைமேல் ஒரு ரப்பர் ஒட்டப்பட்ட ஒரு புது பென்சில் இருந்தது. பாபுவைப் பார்த்து "இங்கே பாருடா பாபு, இனிமே எழுதிட்டு அழிக்க ரப்பர் காணோம்னு தேட வேண்டாம், என் பென்சிலில் ரப்பர் ஒட்ட வைத்திருக்கிறது" என்று ராஜேஸ்வரி காட்டினாள்.

பாபு அதுவரை அது மாதிரி பென்சிலை பார்த்தது இல்லை. அதைப்பார்த்த பாபுவிற்கு மிகுந்த ஆச்சரியமாக இருந்தது. பென்சிலால் தன் நோட்டில் பாபு என்று எழுதிவிட்டு உடனே திருப்பி அதன் தலையில் உள்ள அழி ரப்பரால் அதை அழித்தான். துளிகூட கருப்பு அடிக்காமல் சுத்தமாக அழித்த அந்த ரப்பரை பார்த்த பாபு மிகுந்த பரவசமடைந்தான். இது உனக்கு ஏது என்று ராஜேஸ்வரியை கேட்டான். "லீவுலே எங்க பெரியப்பா ஊருக்கு போயிருந்தேன். எங்க பெரியப்பா எனக்கு வாங்கிக் கொடுத்தார்" என்று ராஜேஸ்வரி கூறி மகிழ்ந்தாள்.

பாபுவுக்கு அந்த பென்சிலும், அதன் மேல் இருந்த அழிரப்பரும் ஒரு அபூர்வ பொருளாகப்பட்டது. "ஏ ராஜி இதை எனக்கு கொடுத்துடு" என்று பாபு கேட்டான். "போடா எங்க அப்பா திட்டுவாரு" என்று கூறிவிட்டு ராஜேஸ்வரி பென்சிலை மீண்டும் பென்சில் டப்பாவுக்குள் வைத்து உள்ளே வைத்தாள். பாபுவின் மனம் மிகுந்த ஏமாற்றத்துக்கு உள்ளாகியது.

ஒரு 10, 20 நாட்கள் கழித்து, பாபு, வீட்டுக்கு வந்திருந்த பொங்கல் வாழ்த்து அட்டைகளை பொறுக்கி எடுத்து சேகரித்தான். மாமாவுக்கு எங்கெங்கோ இருந்து பொங்கல் வாழ்த்து அட்டைகள் வந்திருந்தன. சாமி, குழந்தை அழகிய இயற்கை காட்சிகள், பானை, கரும்பு, பசு போன்ற படங்கள் போட்ட வாழ்த்து

அட்டைகள் என்று விதவிதமான வாழ்த்து அட்டைகள் வந்திருந்தன.

அவற்றுள் பானை படம் போட்ட வாழ்த்து அட்டையில் கரும்பு, பானை, மாடு படங்களை சுற்றி வெட்டப்பட்டு, அட்டையை திறந்தால் அவைத் துருத்திக்கொண்டு வெளியே வரும்படி அமைந்திருந்தது. இதைப் பார்த்த பாபுவுக்கு அந்தப்படம் மிகவும் பிடித்துப்போனதால் அதை மட்டும் எடுத்து தன் புத்தகத்துக்குள் வைத்துக் கொண்டான்.

அன்று வகுப்பில் பள்ளிக்கூடத்தில் மதியம் நீதிபோதனை ஆசிரியர் சாமிவேல் ஐயா வராத காரணத்தால், மாணவர்கள் எல்லோரும் ஒரே சத்தமாக பேசிக் கொண்டிருந்தனர். பாபு தன் புத்தகத்தில் இருந்த வாழ்த்து அட்டையை எடுத்து ராஜேஸ்வரிக்கு காட்டினான். அதை எடுத்து முன்னும் பின்னும் திறந்து, அந்த வெட்டப்பட்ட பகுதிகள் துருத்திக்கொண்டு வெளியே வருவதை கண்டு மகிழ்ந்த ராஜேஸ்வரி “டேய் பாபு எனக்கு கொடுடா” என்றாள். அடுத்த கணமே பாபு, “சரி, வைத்துக்கொள்” என்று கொடுத்துவிட்டான். கண்கள் விரியக் களிப்புடன் அந்த வாழ்த்து அட்டையைத் தன் பைக்குள் வைத்துக்கொண்டாள் ராஜேஸ்வரி.

பள்ளிக்கூடம் விட்டு இருவரும் வழக்கம்போல் வீடு திரும்பினர். வழியில் ராஜேஸ்வரி பாபுவை வீட்டுக்குள் அழைத்துப் போனாள். உள்ளே சென்ற வேகத்தில் “அம்மா இதைப் பார்த்தியா இதை பாபு கொடுத்தான்” என்று அந்த வாழ்த்து அட்டையை அம்மாவிடம் காட்டி மகிழ்ந்தாள் ராஜேஸ்வரி. “சரி, சரி, கிழிச்சிடாம பத்திரமா வச்சுக்க” என்றபடி ராஜேஸ்வரியின் அம்மா ஆளுக்கொரு பொரிவிளங்காய் உருண்டையை கொடுத்தார்கள்.

ராஜேஸ்வரி சட்டென்று தன் பையை திறந்து பென்சில் டப்பாவில் இருந்து அழிரப்பர் வைத்த பென்சிலை எடுத்து, “டேய் பாபு நீ இதை வச்சிக்கடா. என் அப்பா ஒன்றும் சொல்லமாட்டார்” என்று கொடுத்தாள். பாபுவும் மிகுந்த மகிழ்ச்சியோடு பாதியாகி போயிருந்த அந்த பென்சிலை வாங்கிக்கொண்டான்.

அழி ரப்பர் பொருத்தப்பட்ட அந்த பென்சில் பாபுவுக்கு ஒரு அசாதாரணமான பொருளாகத் தெரிந்ததில் வியப்பு ஒன்றும் இல்லை. பெரும்பாலும் ரப்பர் பல நேரங்களில் காணாமல் போய்விடுகிறது. அப்படியே அழி ரப்பர் இருந்தால்கூட அது

கண்ணங்கரேர் என்றுதான் அழிக்கும். இப்படி பென்சிலும் ரப்பரும் ஒன்றாய் இருப்பது மாபெரும் பிரச்சினை தீர்ந்தது போல் பாபுவுக்கு தெரிந்தது. ஆனால் சில நாட்களிலேயே அந்த பென்சில் மீதுள்ள ரப்பர் கரைந்துவிடும் என்று உணர்ந்த பாபு அதை பத்திரப்படுத்தி தன் தகர பெட்டிக்குள் வைத்துக்கொண்டான்.

ஐந்தாம் வகுப்பு முடிந்து ஆறாம் வகுப்புக்கு எல்லோரும் வேறு வேறு உயர்நிலைப் பள்ளிகளுக்கு மாறிப் போயினர். பாபு ஜமின்தார் பள்ளியில் சேர்ந்தான். ராஜேஸ்வரி எந்த பள்ளிக்கூடத்தில் சேர்ந்தாள் என்பதைப் பற்றி அறியாமலும், அக்கறையில்லாமலும்தான் இருந்தான். ஆனால் ஒரு முறை காய்கறி மார்கெட்டில் பார்த்தபோது ராஜேஸ்வரி தான் பெண்கள் மேல்நிலைப்பள்ளியில் சேர்ந்துவிட்டதை சொல்லிச் சென்றாள். அதன்பிறகு கடந்த 2, 3 ஆண்டுகளில் பாபு ராஜேஸ்வரியை பார்க்கக் கூடிய சந்தர்ப்பம் கிடைக்கவில்லை.

ஞாயிற்றுக்கிழமைகளில் மாமா வீட்டில் எல்லோரும் பெரும்பாலும் மதியம் சாப்பிட்டுவிட்டு உறங்குவது வழக்கம் . பாபுவுக்கு ஒரு நாளும் அப்படி உறங்க முடிந்தது இல்லை. அந்தமாதிரி நேரங்களில் தன் தகரப் பெட்டியை திறந்து வைத்து, தன் உடைமைகளாக சேகரித்து வைத்துள்ள லேபிள்கள், அட்டை டப்பாக்கள், வேண்டாம் என்று மற்றவர்கள் தூக்கிப்போட்ட பேனாக்கள் என்று தன்னுடைய உடைமைகளை எடுப்பதும், பார்ப்பதும், அடுக்குவதுமாக இருப்பான்.

அந்த தகரப் பெட்டி ஒரு சிறிய கோடவுன் போல் இருந்தது. அதற்குள் பாபுவின் பம்பரம், கோலிக்குண்டுகள் என்று ஏதேதோ பொருட்கள் இருக்கும். அந்த பொருட்களுக்கு நடுவே ராஜேஸ்வரி கொடுத்த ரப்பர் வைத்த பென்சிலும் இருந்தது. அந்த பென்சிலை பார்க்கும் தருணங்களில் எல்லாம் மின்னலாய் இரட்டை ஜடை போட்ட ராஜேஸ்வரியும் துறுதுறுவென அலையும் அவள் கண்களும், அவள் வாங்கித் தந்த தீனி வகைகளும், சாக்லேட், கடலை மிட்டாய், முந்திரி பருப்பு எல்லாம் நினைவில் வந்து போகும்.

ஒருநாள் சீதாவுடன் கோவிலுக்குப் போனபோது ராஜேஸ்வரியை பார்க்க நேர்ந்தது. மிகப்பெரிய இடைவெளிக்கு பிறகு ராஜேஸ்வரியின் குரலால்தான் அது ராஜேஸ்வரி என்பதை பாபுவால் உணர முடிந்தது. ராஜேஸ்வரி குரல் போல் உள்ளதென்று

திரும்பிப் பார்த்த பாபு, ஒரு கணம் அதிர்ந்தபடி நின்றான். பாபுவை விட ஒரு அடி உயரமாய் ராஜேஸ்வரி அங்கே நின்றிருந்தாள். பாவாடை தாவணியும், தலை நிறைய பூவும் கண்கள் விரிய பாபுவை பார்த்து, “டேய் பாபு நல்லாயிருக்கியாடா?” என்று ராஜேஸ்வரி கேட்டபொழுது பாபு பதில் சொல்ல முடியாமல் தடுமாறினான்.

அப்படிக் கேட்ட ராஜேஸ்வரியை அவள் அம்மா, “ஏய் சும்மா இரு” என்று அதட்டிக் கூறி, பாபுவை நோக்கி நல்லா படிக்கிறியா பாபு என்று கேட்டார்கள். “ஓ நல்லா படிக்கிறேனே” என்று சொன்ன பாபு அதற்குமேல் என்ன பேசுவது என்று புரியாமல் ராஜேஸ்வரியை பார்த்தான். கண்கள் விரிய பார்த்த ராஜேஸ்வரியை மேலும் பார்க்க மன தைரியமற்றவனாய், “நான் வரேங்க” என்று அவள் அம்மாவிடம் சொல்லிவிட்டு சீதாவுடன் படியிறங்கினான்.

“யாருடா பாபு இது?” என்று கேட்டாள் சீதா. என்னோட ஐந்தாம் வகுப்பு வரை படித்த ராஜேஸ்வரி என்று பாபு கூறினான். கோவிலுக்குள் பாபுவும் சீதாவும் நாயன்மார்கள் சிலைகளை தாண்டி நடந்தாலும், பாபுவின் மனசில் ராஜேஸ்வரியின் கண்கள் பதிந்து போய் இருந்தன.

என்னவென்று புரியாத ஒரு படபடப்பு தனக்குள் ஏற்பட்டதை பாபுவால் உணர முடிந்தது. இருமுறை திரும்பி பார்த்தபடி ராஜேஸ்வரி பின்னால் வருகிறாளா என்று எண்ணியபடி பாபு துர்கையைத் தாண்டி மீண்டும் நந்தியிடம் வந்து கோயிலின் வாசலுக்கு வந்து சேர்ந்தான். வழக்கமாக எட்டிப்பார்க்கும் கோயிலுக்குள் இருக்கும் கிணற்றை பார்க்காமலேயே வந்ததை கண்ட சீதா, “ஏண்டா பாபு கோவிலுக்கு வர்றப்பல்லாம் கிணற்றை எட்டிப் பார்ப்பாய்... ஏன் இன்றைக்கு பார்க்கவில்லை?” என்று கேட்ட பொழுது பாபுவிற்கு பதில் சொல்லத் தெரியவில்லை.

வழக்கமாய் கோவிலைவிட்டு வெளியே வந்ததும் மகிழம்பூ மரத்தடியில் சற்று அமர்ந்து செல்வது வழக்கம். பாபுவும் சீதாவும் அப்படி வழக்கம்போல் உட்கார்ந்தனர். பாபுவுக்கு ராஜேஸ்வரி வரமாட்டாளா என்று மனசுக்குள் சின்னதாய் ஒரு ஏக்கம் பரவியது.

எப்படி ராஜேஸ்வரி திடீரென்று இவ்வளவு பெரிய பெண்ணாக மாறினாள் என்று எண்ணிக்கொண்டான் பாபு. தான் மட்டும் வளராமல் அப்படியே இருப்பதாகப்பட்டது. உடனே சீதாவை நோக்கி “ஏன் சீதா நான் ஊர்லேர்ந்து வந்ததுக்கு வளர்ந்திருக்கிறேனா

இல்லை அப்படியே இருக்கிறேனா?" என்று கேட்டான். "நீ வந்ததிலிருந்து இப்படியேதான் இருக்க, வளரவேயில்லை" என்றாள் சீதா.

இந்த பதில் பாபுவுக்கு மிகுந்த ஏமாற்றத்தை தந்தது. இப்படி பேசிக்கொண்டிருக்கும்போதே ராஜேஸ்வரி, அவள் அம்மா, தம்பி மூவரும் வெளியே வந்தனர். வெளியே வந்த ராஜேஸ்வரி பாபுவை நோக்கி ஒரு சிறிய புன்னகை பூத்தாள். அதோடு அம்மாவுடன் கைகோர்த்தபடி சென்று விட்டாள். சற்று நேரத்தில் சீதாவும் பாபுவும் வீட்டுக்கு கிளம்பினர்.

முதல்முறையாக பாபு தான் எதையோ பறிகொடுத்தது போல் உணர்ந்தான். அது என்னவென்று அவனுக்கு புரியவில்லை. வழியில் சீதா பாபுவிடம் "ஏண்டா பாபு எதுவும் பேசாமல் உம்மென்று வருகிறாய்" என்றாள். "இல்லை, இல்லை கால் வலிக்குது அதான்" என்றான் பாபு.

உண்மையில் பாபுவுக்கு வலி காலில் இல்லை என்பது தெரிந்துதான் இருந்தது. என்னவென்று சொல்லத் தெரியாத, இதுவரை தான் அனுபவித்தறியாத புரியாத உணர்வொன்று மனசில் தொடங்கி உடலெங்கும் பரவி வியாபித்திருப்பதை மட்டும் பாபு உணர்ந்தான்.

பாபுவுக்கு எப்போதும் ஓயாத வேலைதான். அதனால் படுத்ததும் அசதியில் உறங்கி விடுவதி வழக்கம். ஆனால் இன்று வழக்கத்திற்கு மாறாக உறக்கம் வராமல் தவித்தான்.

கோவிலில் பார்த்த ராஜேஸ்வரியின் உருவம் வந்து வந்து போனது. எப்படி அவள் அவ்வளவு பெரிய பெண்ணாக மாறினாள். ஆனால் தான் மட்டும் சீதா சொன்னதுபோல வளராமலேயே இருக்கிறோமே என்றெல்லாம் எண்ணங்கள் ஓடியது. உறங்க முயன்ற பாபுவுக்கு ராஜேஸ்வரியின் உயரமும், இரட்டை ஜடையும், அந்த ஜோடிக் கண்களும் மாறி மாறி வந்தன.

விடியலிலும் வழக்கத்துக்கு மாறாக சீக்கிரமாக உறக்கம் கலைந்தது. தினமும் காலைக் கடன்களுக்கு ஏரிக்குப் போகும் பாபு, இன்று ஏரியின் எதிர்திசையில் நடந்தான். மார்கழியின் குளிர் சில்லிடக் கைகளை இறுக்கிக் கட்டியபடி நடந்து கொண்டிருந்தான். ஊருக்கு கிழக்கே ஒரு பெரிய குட்டையும் அதைச் சுற்றியுள்ள புதர் போன்ற வனப்பகுதியும் உண்டு. அந்தப் பகுதி மக்கள் அங்குதான் காலைக் கடன்களைக் கழிப்பது வழக்கம்.

குட்டைக்கு போகும் வழியில்தான் ராஜேஸ்வரியின் வீடு இருக்கிறது. அதெல்லாம் தனக்கு தெரியாதது மாதிரியும், தான் சும்மா இந்தப் பக்கம் போவது மாதிரியும் பாபுவின் மனம் கற்பித்துக் கொண்டது. தூரத்தில் இருந்து பார்க்கும்போதே ராஜேஸ்வரி வீட்டு வாசலில் இருவர் நிற்பதைக் கண்டு, பாபுவின் மனம் கிளர்ச்சியடைந்தது.

ராஜேஸ்வரியின் அம்மா கோலமிட்டுக் கொண்டிருக்க அருகில் நின்று பார்த்துக் கொண்டிருந்தாள் ராஜேஸ்வரி. எதிர் திசையில் இருந்து ஒருவர் காளை மாடுகளை ஓட்டிவர ஒதுங்கி நின்று, கோலம் கலையாமல் இருக்கிறதா என அம்மாவும் பொண்ணும் பார்த்த வண்ணம் இருந்தனர். அந்த நேரத்தில் அந்த இடத்தைக் கடந்த பாபுவை யாரும் கவனிக்கவில்லை.

ஆனால் பாபு அந்த விடியலின் வெளிச்சத்தில் ராஜேஸ்வரியை முழுதாக பயமின்றி பார்த்தான். நேற்று கோயிலில் திடீரென பார்த்தபோது உண்டான பதற்றத்தில் சரியாகப் பார்க்காதக் குறை தீர நன்றாகப் பார்த்தான். நேற்று உடுத்தி இருந்த அதே உடை, அதே ரெட்டை ஜடை... அவர்கள் இருவரும் கோலத்தில் கவனமாக இருந்தால் பாபு பயமின்றி பார்த்தான். எத்தனை உயரமாக வளர்ந்துவிட்டாள் இந்த ராஜேஸ்வரி... உடம்பு புஷ்டியாக... பார்க்க அழகாக... பத்தடி நடந்த பாபுவுக்கு பிடரியில் கண்கள் முளைத்த மாதிரி இருந்தது. மீண்டும் பார்க்கத் தூண்டும் உந்துதல் எங்கிருந்து வந்தது என்று பாபுவுக்குத் தெரியவில்லை. ஓரே ஒரு முறை திரும்பிப் பார்த்த பாபு, மீண்டும் மீண்டும் பார்க்கத் தூண்டும் உந்துதலின் காரணம் புரியாமல் திரும்பிப் பார்க்க மனத்தைரியமின்றி தெருவையும் உணர்வையும் கடந்து போனான்.

இந்த உணர்வின் ரகசியம் பாபுவுக்குப் பிடிபடவில்லை. தான் ஒரு போதும் இது போல் இருந்ததில்லை என்பது மட்டும் பாபுவுக்குப் புரிந்தது. அன்று இரவு தொடங்கி பல நாட்கள் பாபு இது குறித்து யோசித்தான். தன்னுடன் படித்த பாவாடை சட்டை போட்ட ராஜேஸ்வரிக்கும் இன்று தாவணி கட்டிய ராஜேஸ்வரிக்குமான மாறுபாடு பலமுறை மனக்கண்ணில் ஓடியது. பெரிய பெண்ணான ராஜேஸ்வரியின் உருவம் மீண்டும் மனக் கண்ணில் ஓடிய மர்மம் பாபுவுக்கு பிடிபடவே இல்லை.

★ ★ ★

அத்தியாயம் – 7

அன்று ஒருநாள் பாபு பள்ளிக்கூடத்துக்கு சீக்கிரமாகவே வந்துவிட்டான். அவன் மனமெங்கும் போன வாரத்தில் ஒருநாள் பெரிய ஏரிக்கரைக்குப் போகும்போது, சண்முகம் சொன்ன சுரங்கப்பாதை பற்றிய செய்தி வியாபித்திருந்தது. ஊருக்குள் உள்ள சிவன் கோவிலில் இருந்து, சில மைல் தொலைவில் உள்ள பெருமாள் மலை உச்சியில் உள்ள கோவில் வரைக்கும் சுரங்கப்பாதை இருப்பதாக அவன் அப்பா சொன்னதாகக் கூறினான். பாபுவுக்கு சினிமாவில் பார்த்த சுரங்கப்பாதை மனத்திரையில் ஓடியது. அப்படி ஒரு சுரங்கப்பாதை அமைக்க முடியுமா? எதற்காக அந்த ராஜாக்கள் இதையெல்லாம் செய்ய வேண்டும்? ஆனாலும் ராஜாக்களால் எதையும் செய்ய முடியும் என்றுதான் அவனுக்குத் தோன்றியது. பெரிய ஏரிக்கு அருகில் உள்ள அந்த அழகிய தெப்பக்குளமே அதற்கு சாட்சி என்று அவன் மனம் நம்பியது.

மிக விஸ்தாரமான அந்த தெப்பக்குளம் நான்கு பக்கங்களிலும் அழகிய படித்துறைகள் கொண்டது. தெப்பக்குளத்தை ஒருமுறை நடந்து சுற்றி வர அரைமணி நேரத்துக்கும் மேலாகும். அதன் கருங்கல் சுற்றுச்சுவரில் அழகிய சிறு சிறு மாடக்குழிகள் போல முக்கோணங்கள் கற்களைக்குடைந்து செய்யப்பட்டிருந்தன. தெப்பக்குளத்தில் தெப்பம் ஓட்டும் காலங்களில் அத்தனை மாடக்குழிகளிலும் மக்கள் அகல் விளக்குகள் ஏற்றி தெப்பம் ஓட்டுவார்கள்.

தெப்பக்குளச் சுற்றுச்சுவர் அடுக்கடுக்காய் கருங்கற்களால் ஆக்கப்பட்டிருந்தது. குளத்து சுவராக அடுக்கப்பட்டிருக்கும் கருங்கற்களை பிடித்தபடி குளம் வற்றிக்கிடக்கும் கோடை காலத்தில் உள்ளே இறங்கி மேலே ஏறி விளையாடுவது அற்புதமான பொழுது போக்குதான். கோடைகாலத்தில் தெப்பக்குளம் முழுவதுமாக வற்றிவிடும் தருணங்களில் மக்கள் தாகம் தீர்க்க தெப்பக்குளத்தின் உள்ளே ஒரு கிணறு கூட உண்டு.

அந்த கிணத்துக்கான படிக்கட்டுகள் தெப்பக்குளத்தின் வடக்குப்பகுதி படித்துறையிலிருந்து ஓர் பாம்பு படுத்திருப்பது போல நெளிவுடன் நீண்டு செல்லும்.

இவ்வளவு பெரிய தெப்பக்குளத்தை கட்டிய ஒரு ராஜாவால் சிவன் கோவிலுக்கும் பெருமாள் மலைக்கும் இடையே ஒரு சுரங்கப்பாதையை அமைப்பது என்பது ரொம்ப சாதாரண விஷயம் என்று பாபு நம்பினான். நினைக்க நினைக்க பாபுவுக்கு எப்படியாவது அந்த சுரங்கப்பாதையை கண்டுபிடித்து விட வேண்டும் என்கிற எண்ணம் மேலோங்கியது. அன்று பள்ளிக்கூடத்தில் முதல் பாட நேரத்துக்குரிய கணக்கு வாத்தியார் வரவில்லை. வகுப்பறை வழக்கம்போல் ஒரே சத்தமாக இருந்தது.

கூச்சலாயிருந்த வகுப்பிற்கு திடீரென தலைமை ஆசிரியர் வந்தார். வழக்கம்போல், ஒரு சிறு சத்தம் வந்தாலும் பிரம்படி உண்டு என்று சொல்லிவிட்டு அமைதியாக இருக்கும்படி எச்சரித்துவிட்டு சென்றார். பாபுவுக்கு தலைமை ஆசிரியரின் கண்களை பார்க்கவே எப்போதும் பயம். அதிலும் குறிப்பாக ஒரு போலீஸ்காரரைப் போல் எப்போதும் கையில் பிரம்போடு வலம் வரும் அவர் பாபுவைப் பொறுத்தவரை ஒரு சிம்ம சொப்பனம்.

ஒவ்வொரு வாரமும் திங்கள்கிழமை கூடும் அந்த அசெம்பிளியில்கூட தலைமை ஆசிரியர் கையில் பிரம்போடுதான் காட்சி தருவார். எச்சரிக்கை விடுத்து தலைமை ஆசிரியர் வகுப்பைவிட்டு நீங்கியதுதான் தாமதம், பாபு அவசரமாக தன் இருக்கையில் இருந்து எழுந்து பின்னால் உள்ள தன் மற்ற சகாக்களுடன் போய் உட்கார்ந்து கொண்டான்.

அன்று முழுவதும் அவன் பேச்சு சுரங்கப்பாதை பற்றியதாகவே இருந்தது. சண்முகம் சுரங்கப்பாதை பற்றிய விஷயத்தை உறுதிப்படுத்தினான். தான் மீண்டும், தன் அப்பாவிடமும், சித்தப்பாவிடமும் சுரங்கப்பாதை பற்றி விசாரித்ததாகவும், "அதெல்லாம் யாருக்கடா தெரியும், போய் வேலையைப்பார்," என்று அப்பா விரட்டி விட, எப்படியோ கெஞ்சி கூத்தாடி சித்தப்பாவிடம் ஒரு வழியாக தகவல் வாங்கியதாகவும் சண்முகம் சொன்னான். "உனக்குச் சொன்னது போலவே எங்களுக்கு அந்த காலத்தில் சொல்வார்கள். சிவன் கோவில் மூலையில் உள்ள பிள்ளையார் சிலையிலிருந்து அந்த சுரங்கப்பாதை தொடங்கி

பெருமாள் மலை வரைக்கும் போகிறது" என்று தன் சித்தப்பா சொன்னதாக கூறினான் சண்முகம்.

அந்த சேதியைக் கேட்ட பாபுவுக்கும் அவன் நண்பர்களுக்கும் உற்சாகம் பீரிட்டது. எப்படியும் அந்த சுரங்கப்பாதையை கண்டுபிடித்தே தீருவது என்று முடிவு செய்தனர். வரும் ஞாயிறு அன்று எல்லோரும் சிவன் கோவிலில் உள்ள மகிழம்பூ மரத்தடியில் கூடுவது என்றும் முடிவானது. பாபுவுக்கு அன்று பகல் முழுக்க வேறு எதிலும் நாட்டம் செல்லவில்லை. மனசெங்கும் சுரங்கப்பாதை பற்றிய நினைவாகவே இருந்தது. நண்பர்கள் எல்லாரும் எப்படா ஞாயிற்றுக்கிழமை வரும் என்று காத்திருந்தனர்.

அத்தியாயம் – 8

ஏற்கனவே திட்மிட்டிருந்தபடி பாபு, சண்முகம், ராமதாஸ், பெரியசாமி என எல்லோரும் ஒவ்வொருவராக சிவன் கோவில் வாசலில் கூடினார்கள். சிவன் கோவில் வாசலில் ஒரு பெரிய மகிழம்பூ மரம் இருந்தது. மரத்தை சுற்றி பெரிதாக ஒரு சிமெண்ட் மேடை கட்டி இருந்தார்கள்.

சுரங்கப் பாதையை கண்டுபிடிக்கப் போகிறோம் என்ற உற்சாக மிகுதியில் எல்லோருக்கும் முன்னதாகவே பாபு வந்து விட்டான். மகிழ மரத்தடியே தனியே அமர்ந்திருந்த பாபுவுக்கு சுரங்கப்பாதை பற்றி நினைத்துப் பார்க்கப் பார்க்க ஆச்சரியமாகவும் ஆசையாகவும் இருந்தது. எத்தனையோ சினிமாக்களில் கூட கையில் தீப்பந்தத்துடன் கதாநாயகன் படிகள் வழியே மெல்ல இறங்கி உள்ளே சென்று சிலந்தி வலைகளை விலக்கியபடி முன்னேறியதைப் பார்த்திருக்கிறான்.

தானும் தனது நண்பர்களும் இன்று அப்படித்தான் மெதுவாக படியிறங்கி உள்ளே போய் பார்க்கப்போவதாக கற்பனை செய்து பார்த்தான். கற்பனையின் ஊடே அவனது கை அவனை அறியாமல் கால்சட்டையின் பைக்குள் துழாவியது. உள்ளே ஒரு மெழுகுவர்த்தியும் ஒரு தீப்பெட்டியும் பத்திரமாக இருப்பதை உறுதி செய்துகொண்டான்.

சுரங்கப்பாதையை அணுகுவதற்கு முன் மீண்டும் இதுபற்றிய செய்திகளை வைத்திருக்கும் சண்முகத்திடம் பேச விரும்பினான். மர்மம் மிகுந்த திகிலான பயமூட்டும் பல செய்திகளுக்கு சண்முகம்தான் தகவல் களஞ்சியம். சண்முகத்தைப்பற்றி நினைத்ததுமே பாபுவுக்கு சட்டென்று அவன் எதிர்வீட்டிலிருந்து லைட் அடிக்கும் மந்திரவாதி ஞாபகத்துக்கு வந்தான். அவ்வப்போது சண்முகம் அவன் எதிர்வீட்டு மாடியில் இருந்து ஒரு மந்திரவாதி தினமும் அவன் மீது லைட் அடிப்பதாக சொல்லிக் கொண்டே இருக்கிறான்.

இப்படி நினைத்துக் கொண்டிருக்கும்போதே சண்முகம் வந்து சேர்ந்தான். "டேய் சண்முகம் நிச்சயமா உனக்குத் தெரியுமாடா சுரங்கப்பாதை பிள்ளையார் சிலைக்கு அடியில் இருந்துதான் தொடங்குகிறது என்று?" என்று பாபு கேட்டான். "நான் எங்க சித்தப்பாவை எத்தனையோ தடவை கேட்டுட்டேன்டா. அவர்தான் சொன்னாரு சுரங்கப்பாதை சிவன் கோவில் வலது கோடி மூலையில் உள்ள பிள்ளையார் சிலை அடியில் தொடங்கி பெருமாள்மலை

உச்சிவரை போவதாக" என்று சண்முகம் உறுதி படுத்தினான். எங்கடா இன்னும் மத்தவங்களைக் காணோம் என்று பாபு அவசரப்படுத்தினான். பொறுமை இழந்த பாபு "வாடா உள்ள போய் ஒரு ரவுண்டு அடிச்சிட்டு வருவோம்" என்று சண்முகத்தை அழைத்துச் சென்றான்.

சிவன் கோவில் வாயிற்புற கோபுரத்தைத் தாண்டி உள்ளே போனால் மிகப் பெரிய நந்தி பீடத்தின் மீது இருக்கும், நந்தியின் அழகை நாளெல்லாம் பார்த்துக்கொண்டே இருக்கலாம். அது லாவகமாக கால்களை மடித்துப் படுத்திருக்கும் அழகும், கழுத்துப்பட்டியில் காணப்படும் மணிகளும், தலையை ஒருக்களித்து நாக்கை வெளியே நீட்டியபடி அது பார்க்கும் பார்வையும் இன்றைக்கெல்லாம் பார்த்து ரசிக்க வேண்டிய அழகுதான்.

ஆனால் பாபு இருந்த திகிலான மனநிலையில் இதெல்லாம் பொருட்டாகவே தெரியவில்லை. நந்தியைக் கடந்து நாலைந்து அடி தூரத்தில் துவஜ்ஸ்தம்பம் (கொடிமரம்) நிற்கிறது. அதையும் தாண்டி சற்றே நடந்து நாலைந்து படி ஏறினால் கருவறையில் இருக்கும் சிவலிங்கத்தை அடைவதற்குமுன் ஒரு பெரிய இடம். பொதுவாக எல்லோரும் அந்த பெரிய அறை வரை தான் அனுமதிக்கப்படுவார்கள். பாபுவும் சண்முகமும் படியேறி அந்த அறையை அடையாமல் இடது பக்கமாக நடந்து சென்று கோயிலைச் சுற்றி வரும் பிரகாரத்தின் வழியே சென்றனர். மேலும் சென்று வலது பக்கமாகத் திரும்பி கோயிலின் வலது மூலையை அடைந்தனர். அங்கு ஆறடி உயரத்தில் கம்பீரமான விநாயகர் சிலை வீற்றிருந்தது. சிலைக்குக் கீழே ஒரு பெரிய பீடம் இருந்தது.

அந்த இடத்தில் நின்றபடி இந்த சிலைக்கு அடியில்தான் சுரங்கப்பாதை தொடங்குகிறது என்று சொன்னான் சண்முகம். அவன் குரலில் உறுதி இருந்தது. பாபுவுக்கும் அத்தகைய உறுதியான பேச்சுதான் தேவையாய் இருந்தது. அதையும் தாண்டி மீண்டும் வலதுபுறம் திரும்பி துர்க்கையை தாண்டி கோயிலுக்கு வெளியே வந்தார்கள்.

"இன்று அதிக கூட்டமில்லை. அது நமக்கு ஒருவிதத்தில் நல்லதுதான்" என்று சண்முகம் சொன்னான். பேசி முடிக்கும்போதே ராமதாசும் பெரியசாமியும் வந்து விட்டார்கள். "சொல்லுங்கடா போலாமா" என்று பாபு மற்றவர்களைப் பார்த்துக் கேட்டான். ராமதாஸ். "சிலையை அசைத்து நகர்த்தி அதற்கு கீழே உள்ள

சுரங்கப்பாதையை அடையணும். அது மற்றவர்கள் கண்ணில் படாமல் செய்ய வேண்டிய காரியம்" என்றான்.

"நான் வழியில் நின்று யாரும் வருகிறார்களா என்று பார்த்துக் கொள்கிறேன். நீங்கள் மூவரும் சிலையை நகர்த்தும் வேலையைப் பாருங்கள்" என்றான் பெரியசாமி. இதுதான் நல்ல ஐடியா என்றபடி

மூவரும் கிளம்பினர். அவர்கள் ஆசைபடியே கோயிலில் கும்பல் இல்லை. வயதான ஒன்றிரண்டு பேர் ஆங்காங்கே தென்பட்டாலும் தங்கள் காரியம் நிறைவேறுவதற்கான சாதகமான சூழ்நிலை இருப்பதாக நால்வரும் மகிழ்ச்சியடைந்தனர்.

உள்ளே சென்ற நால்வரும் இடது பக்கம் வரிசையாய் உள்ள அறுபத்துமூவர் சிலைகளைத் தாண்டி பெரியசாமியை நிற்க வைத்தனர். “இங்க நின்னுக்கடா பெரியசாமி. யாராவது வர்ற மாதிரி தெரிஞ்சா, “பாபு” என்று குரல் கொடு. நாங்கள் சமாளிச்சிக்கிறோம்” என்றான் பாபு.

பெரியசாமியை நிறுத்திவிட்டு மூவரும் வலதுகோடியில் உள்ள பிள்ளையார் சிலையை நெருங்கினர். 6,7 படி ஏறித்தான் பிள்ளையாரை அடைய முடியும். அந்த இடம் இருட்டாக இருந்தது. கோயிலுக்கே உரித்தான வாசம் அங்கே நிறைந்திருந்தது. விநாயகர் முன்னிலையில் மூவரும் கையெடுத்து கும்பிட்டனர். தாங்கள் சுரங்கப்பாதையை பார்த்துவிட்டு திரும்பி வரும்வரை பிள்ளையாரின் ஆசீர்வாதம் வேண்டும் என வேண்டிக் கொண்டனர்.

இவர்கள் நின்று வணங்கும் போதே “பாபு” என்ற குரல் கேட்டது. இவர்கள் உடனே உஷார் ஆனார்கள். நின்று வணங்கிக் கொண்டிருந்தவர்கள் ஒருவர் பின் ஒருவராக தரையில் விழுந்து சாஷ்டாங்கமாக நமஸ்கரிக்க தொடங்கினர். அவர்களை நோக்கி வந்த ஒரு பாட்டியம்மா “என்னடா அம்பிங்களா, பரீட்சை வரவும் கோயில் வந்துட்டீங்களா? என்று வினவியபடி தாண்டிப் போனார். அவர் போன அடுத்த வினாடியே மூவரும் தங்கள் வேலையில் இறங்கினர்.

ராமதாஸ் “நான் சிலையின் பின்பக்கம் நின்று சிலையை அசைக்கிறேன். சண்முகம் நீ வலதுபுறத்தில் இருந்து தள்ளு. பாபு இடது பக்கத்தில் இழுக்கட்டும்” என்று கூறியபடி மூவரும் சிலையை நெருங்கினர். ராமதாஸ் கூறியபடி சிலையை மெல்ல நகர்த்த எத்தனித்தனர்.

ஆறடிக்கும் மேலே கம்பீரமாக வீற்றிருந்த பிள்ளையாரை அவர்களால் அவ்வளவு சுலபமாக அசைக்க முடியவில்லை. மூவருக்கும் வேர்த்துக்கொட்டி மூச்சு வாங்கியது. பெரியசாமியைக் கூப்பிடுவோம்” என்று சண்முகம் சொன்னான். அதுதான் சரி என்றபடி வெளியே வந்து பாபு தலையை நீட்டியபடி “டேய் பெரியசாமி நீயும் வாடா” என்றான்.

நால்வரும் சேர்ந்து அசைத்தபோது சிலை அசைந்து கொடுத்தது. சிலை நகர்ந்தால் சர் என்ற சத்தத்தோடு சுரங்கப்பாதை வாசல் திறந்து கொள்ளும் என்று பாபு சினிமாவில் பார்த்த நிகழ்ச்சிகளோடு கற்பனை செய்து வைத்திருந்தான். அப்படி ஒன்றும் நிகழவில்லை.

சிலை நாலைந்து அங்குல அளவுக்கு நகர்ந்திருந்தது. சிலை நகர்த்தலில் கடைசியாக வந்த பெரியசாமி சிலையின் மேற்பகுதியைப் பிடித்து சாய்ப்பதற்கான முயற்சியில் இருந்தான். கவனமா ஒரே தம்புடிச்சு சிலையை நகர்த்தணுன்டா'' என்று கூறிய ராமதாஸ் 1, 2, 3 என்றான். பீடத்தை ராமதாசும், மேல்புறத்தை பெரியசாமியும் பிடித்திருக்க சிலையின் வலது புறத்தில் பாபுவும் சண்முகமும் இருந்தார்கள்.

ராமதாஸ் 1, 2, 3 சொல்ல ஒரே வேகத்தில் சிலையைத் தள்ள, சிலை தடுமாறி கீழே சாய்ந்தது. சுரங்கப்பாதை கற்பனையிலிருந்த பாபு, சரிந்து சாய்ந்த சிலையை தாங்கிப் பிடிக்க முயற்சிக்க, எண்ணெய்யால் குளிப்பாட்டப்பட்டிருந்த சிலை வழுக்கி பாபுவின் காலில் சரிந்தது. ''ஐயோ'' என்று பாபு கத்தவும் மிரண்டு போன மற்ற மூவரும் சரிந்து விழுந்த சிலையை தங்களால் இனி அசைக்கக்கூட முடியாது என்ற எண்ணத்தில் உதவி உதவி என கத்தியபடி வாசலுக்கு ஓடி வந்தனர்.

கோயிலின் முற்றத்தில் அமர்ந்திருந்த குருக்கள் பையன்களின் சத்தம் கேட்டு அவசரமாய் எழுந்திருக்க, விசயத்தைக் கேட்டு இன்னும் சிலர் ஓடிவர, ஒரு வழியாய் சிலையை நகர்த்தி பாபுவை மீட்டனர். பாபுவின் இடது காலிலிருந்து இரத்தம் கொட்டியது. அவசர அவசரமாக அருகில் உள்ள ஆஸ்பத்திரிக்கு பாபு அங்கிருந்தோரால் அழைத்துச் செல்லப்பட்டான்.

எல்லாம் முடிந்து ஒரு வார காலமானது. பாபு, வீட்டின் கடைசியில் உள்ள அறையில் கட்டிலில் படுத்திருந்தான். காலில் மிகப் பெரிய கட்டு போடப் பட்டிருந்தது. அந்த சுற்று வட்டாரத்திற்கே புகழ் பெற்ற எலும்பு முறிவு வைத்தியர் ஈச்சம்பட்டி குடும்பத்தார் அவர்கள் பரம்பரையாய் இந்தத் தொழிலை செய்து வந்தனர். பாபுவுக்கும் அவரிடம் அழைத்துச் சென்றுதான் கட்டு போடப்பட்டது.

பாபுவும் அவன் நண்பர்களும் சேர்ந்து கோயில் சிலையை நகர்த்தி, அது கீழே விழுந்து ஒருவனுக்கு அடியும் பட்டது ஊருக்குள் பெரும் சர்ச்சையை கிளம்பியது. பாபுவுடன் வந்த

சண்முகம், ராமதாஸ், பெரியசாமி ஆகியோருக்கு வீட்டில் நல்ல அடி கிடைத்தது.

பாபுவைத் தவிர மற்ற மூவரும் காயம் ஏதுமின்றி தப்பித்து விட்டாலும், கோயிலின் பிள்ளையார் சிலை கீழே விழுந்தது பற்றி ஊருக்குள் பெரும் பிரச்சினை கிளம்பியது. பள்ளிக்கூடத்திலும் கூட மாணவர்களிடையே இதே பேச்சாக இருந்தது.

தமிழய்யா மற்ற மாணவர்களை அழைத்து இந்த விசயம் குறித்து உண்மை என்ன என்று கேட்டுத் தெரிந்து கொண்டார். சண்முகம், ராமதாஸ், பெரியசாமி மூவரும் தமிழய்யாவிடம் நடந்ததை சொன்னார்கள். தமிழய்யா, "பள்ளிக்கூடம் படிக்கும் பையன்கள் இப்படி முட்டாள்களாக இருப்பீர்கள் என்று நான் எதிர்பார்க்கவில்லை. ஏன்டா சிவன் கோயிலுக்கும், பெருமாள் மலைக்கும் 3 மைல் தூரம் இருக்க இதில் எப்படி சுரங்கப்பாதை அமைக்க முடியும் என்று நீங்க எவனாவது யோசிச்சீங்களாடா" என்றார்.

"படிக்கிற வயசில் படிப்பதை விட்டுவிட்டு இந்த மாதிரி குறும்பெல்லாம் ஏன் செய்றீங்க?" என்று கடிந்து கொண்டார். தமிழய்யாவுக்கும் இந்த சுரங்கப்பாதை பற்றிய செய்திகள் தெரிந்துதான் இருந்தது. அவரே இதை கேள்விப் பட்டிருப்பதாகவும் கூறினார். ஆனால் இந்த பையன்கள் இப்படி அதைக் கண்டுபிடிக்கும் முயற்சியில் இறங்குவார்கள் என்பதைத்தான் அவரால் நம்ப முடியவில்லை.

பாபுவின் பாடுதான் ரொம்பவும் மோசமாகிப் போனது. ஊரிலிருந்து அவன் அம்மா, அப்பாவை வரவழைத்த மாமா கடும் கோபம் கொண்டிருந்தார். "இத பாரு, உன் மவனை இனிமே என்னால படிக்க வைக்க முடியாது. வாலுத் தனத்துக்கு ஒரு எல்லை இருக்கு. எந்த முட்டாப் பயலாவது சாமி சிலையை கீழத் தள்ளி விடுவானா? சாமி சிலை கீழே விழுந்ததுல சாமிக் குத்தம் வந்துட்டதா ஊர்ல ஒரே பேச்சு. ஏதோ நான் இந்த ஊர்ல 10, 15 வருஷமா வாத்தியாரா இருக்கிறேங்கிறதனால விட்டு வச்சிருக்காங்க. இல்லேன்னா இந்நேரம் உன் பையனை நீ முழுசா பார்த்திருக்க மாட்ட" என்றார். "மொத வேலையா இவனை உன் ஊருக்கு கூட்டிட்டுப் போயிடு, நான் நாளைக்கே டி.சி. வாங்கி குடுத்திடுறேன்" என்று கத்தினார்.

காலில் பெரிய கட்டுடன் இருந்த பாபுவை எங்கும் வெளியே கூட்டிச் செல்ல முடியாத நிலை இருந்ததால், வேறு வழியின்றி

அவனுக்குத் துணையாக அவனுடைய அம்மாவும் பாபுவோடு சேர்ந்து மாமா வீட்டிலேயே தங்க நேர்ந்தது. வீட்டு வேலைகளில் பெரும் பகுதியை பாபு செய்து பழக்கப் படுத்தியிருந்ததால் மாமாவின் குடும்பத்தார்க்கு பாபுவின் உதவி இல்லாத தருணங்கள் பெரும் துன்பமாக இருந்தது.

பாபுவின் அம்மா நேரம் கிடைக்கும் தருணங்களிலெல்லாம் தன் அண்ணனுடன் பாபுவுக்காக வாதாடினார்கள். “இனிமே ஒழுங்கா இருப்பான் அண்ணே, இந்த 11ம் வகுப்பு முடியிற வரைக்கும் உன் வீட்ல தங்கி படிச்சி ஆளாயிட்டான்னா அதுக்கு அப்புறம் அவன் எப்படியாவது பொழச்சுக்குவான். என் மத்த புள்ளைங்க எதுவுமே ஒழுங்கா படிக்கல. ஏதோ உன் புண்ணியத்துல இந்த ஒரு பையனாவது படிச்சு ஆளானா அதுவே எனக்கு போதும்” என்று கண்ணீா மல்கத் தன் அண்ணனிடம் கெஞ்சினார்கள்.

பாபு எப்படியும் தன்னை ஊருக்கு அனுப்பி விடுவார்கள் என்று முடிவு செய்திருந்தான். தான் செய்தது இப்படி ஒரு விபரீத விளையாட்டாக முடியும் என்று அவன் நினைத்துப் பார்க்கவே இல்லை. இத்தனைக்கு பிறகும் கூட அவன் கனவுகளில் சுரங்கப்பாதை வந்துக் கொண்டுதான் இருந்தது. ஆனாலும் தனக்குப் பிடித்த இந்த வீட்டையும் நண்பர்களையும் ஏரிக்கரையையும் விட்டுவிட்டு தான் போக வேண்டும் என்று நினைக்கையில் அவனுக்கு வாழ்க்கையே சூன்யமாக தெரிந்தது.

மாமா வீட்டில் இல்லாத நேரம் அறிந்து சண்முகம், ராமதாஸ், பெரியசாமி மூவரும் அவனைப் பார்த்து விட்டு சென்றார்கள். தமிழய்யா அவர்களை கூப்பிட்டு விசாரித்ததையும் சொன்னார்கள். அவர்கள் மூவரும் மிகவும் கலங்கி போயிருப்பதை பாபு கவனித்தான். ராமதாஸ் மிகுந்த கவலையோடு “என் அம்மா ரொம்ப திட்டிட்டாங்கடா, எங்கயாவது போய் எப்படியாவது விளையாடுங்க, ஆனால் கோயிலுக்குள்ள உங்களுக்கு என்ன விளையாட்டு” என்று கூறி திட்டியதாக சொன்னான்.

கிட்டத்தட்ட ஒரு மாத காலத்தில் பாபு மெல்ல நடக்க ஆரம்பித்தான். “அப்ப நான் ஊருக்கு போறேன்” என்று பாபுவின் அம்மா கிளம்பினார். பாபுவையும் உடன் அழைத்துப் போகச் சொல்லித் தன் அண்ணன் பேசினால் அதை எப்படி சமாளிப்பது என்று அவர்கள் கொஞ்சம் யோசித்துத்தான் வைத்திருந்தார்கள்.

ஊருக்கு கிளம்பிய தங்கையிடம், "இங்க பாரு உன் மவன் ஒழுங்கா இருந்தா இங்க இருக்கட்டும். இல்லேன்னா மூட்ட முடிச்ச கட்டிக்கிட்டு அவனையும் கூட்டிட்டுப் போ" என்றார் மாமா.

அருகிலிருந்த பாபுவை நோக்கி "ஏண்டா தம்பி, மாமா சொல் பேச்சக் கேட்டு ஒழுங்கா நடந்துக்க. உன்னை நம்பித்தான் ராஜா நாங்கெல்லாம் இருக்கோம். இப்படி கைய கால ஒடச்சிக்கிட்டது மட்டுமில்லாம மாமாவுக்கு எவ்வளவு கெட்ட பேர் வாங்கி வைச்சிட்ட" என்று அம்மா அழுதபடி சொன்னார். "இனிமேலாச்சும் ஒழுங்கா நடந்துக்க" என்று கூறியபடி தன் அண்ணனிடம் விடை பெற்று அம்மா ஊருக்குப் போனார்.

தன்னை ஊரை விட்டு அனுப்பி விடவில்லை... தான் இதே ஊரில்தான் இருக்கப் போகிறோம். படிக்கப் போகிறோம்.... தன் நண்பர்களுடன் சேர்ந்து இருக்கப் போகிறோம் என்ற நினைப்பு பாபுவின் மனதில் மகிழ்ச்சியையும் ஆனந்தத்தையும் அள்ளிக் கொண்டு வந்தது.

படுத்தப் படுக்கையாய் வீட்டிலிருந்த பாபுவுக்கு கிட்டத் தட்ட அந்த 40 நாட்களும் ஒரு சிறை வாசம் போலவே இருந்தது. அவனுக்கு நினைவு தெரிந்த நாளிலிருந்து இப்படி ஒரே இடத்தில் படுக்கைகயில் இவ்வளவு காலம் இருந்ததில்லை. ஓடிக்கொண்டே இருந்த அவன் கால்களுக்கு விலங்கு போட்டது போல் அமைந்து விட்டது அந்த பெரிய கட்டு. உடைந்த கால் மீது போடப்பட்ட கட்டு மீது ஈச்சம்பட்டி டாக்டர் சொன்னபடி தினமும் நல்லெண்ணை வேறு அதன் மீது ஊற்ற வேண்டியிருந்தது.

எங்கேயும் சுற்றாமல் வீட்டுக்குள்ளேயே முடங்கிக் கிடந்த பாபுவுக்கு பல சமயங்களில் உறக்கம் வரவில்லை. பள்ளிக்கூடம் பற்றிய எண்ணம் ஒரு பக்கம். தான் சுற்றித்திரிந்த ஏரிக்கரைகள், தன் நண்பர்கள் என்ற எண்ணம் மறு பக்கம். அன்பு இவனைப் பார்க்க வந்த சமயத்தில் அவனிடம் கேட்டு நிறைய வேதாளன் கதை புத்தகங்கள் வாங்கிக் கொண்டான். அந்தக் கதைகளைப் படிக்கப்படிக்க வேதாளன், அவருடைய மனைவி டயானா, அவரது குழந்தைகள், வேதாளரது குதிரை, அவருடைய நாய், வேதாளன் குடும்பத்தோடு செல்லும் கிளாவீளா, பொன்மணல்கரை என்று பாபு ஒரு தனி உலகத்தில் சஞ்சரிக்க ஆரம்பித்து விட்டான்.

கிட்டத்தட்ட வேதாளன் குடும்பத்தில் அவனும் ஓர் அங்கமாகக் கூட ஆகிப் போனான். தினத்தந்தியில் வரும் சிந்துபாத் மீது எத்தகைய அன்பும் காதலும் கொண்டிருந்தானோ அதே அளவு அன்பும் மன ஈடுபாடும் வேதாளன் மீதும் வந்தது.

ஒரே ஒரு வித்தியாசம் சிந்துபாத் தன் அன்பு காதலி லைலாவின் உருவத்தை திரும்ப மீட்டெடுப்பானா இல்லையா என்று தெரியாத அளவுக்கு கதை நீண்டு கொண்டே போனது. பல நேரங்களில் சிந்துபாத் மூசா மந்திரவாதியிடம் வகையாக சிக்கிக் கொள்கிறான். ஆனால் வேதாளன் அப்படியல்ல. நவீன ஆயுதங்கள், துப்பாக்கி, ஹெலிகாப்டர் எல்லாம் வேதாளனிடம் இருக்கிறது.

பாபுவின் மனதில் கன்னித்தீவு கதையில் வரும் சிந்துபாத் மிகுந்த வலிமையும் மனோ தைரியமும் கொண்ட ஒரு சாதாரண மனிதனாகத் தெரிந்தான். ஆனால் வேதாளன் சகல கலைகளும் கற்ற ஒரு மாபெரும் சகலகலா வல்லவனாகத் தெரிந்தான்.

வேதாளன் கதைகளில் குரண் என்ற காட்டுவாசி குள்ளர்களின் தலைவனாக வருகிறான். வேதாளனுக்கு உதவும் குரண் என்ற அந்த காட்டுவாசிகள் தலைவனை பாபுவுக்கு ரொம்பவும் பிடித்துப் போயிற்று. அந்த பெரிய வனத்தின் பாதுகாவலன் வேதாளனிடம், குரண் கொண்டிருந்த அன்பும் பாசமும் பாபுவுக்கு மிகவும் பிடித்திருந்தது. தன் நண்பன் அன்பு கொடுத்த ஒரு கட்டு வேதாளன் புத்தகங்களை இந்த ஒரு மாத காலத்தில் மீண்டும் மீண்டும் பாபு படித்திருந்தான். வேதாளனுக்கு உதவியாக சாகசங்கள் செய்யும் அந்த நாயும், குதிரையும் பாபுவுக்கு மிகுந்த ஆச்சரியத்தை கொடுத்தன.

பல நேரங்களில் மனிதர்களால் செய்ய முடியாத பல சாமர்த்தியமான வேலைகளை இந்த இரண்டு விலங்குகள் செய்வதை உணர்ந்த போது பாபுவுக்கு விலங்குகளின் மீது தனி அன்பே வந்தது.

கூடவே அந்த புத்தகங்களில் மந்திரவாதி மாண்ட்ரேக் கதைகளும் மிகவும் சுவாரஸ்யமாக இருந்தது. தானும் பெரியவனாகி எப்படியாவது மேஜிக் கற்று கொள்ள வேண்டும் என்று பாபு நினைத்துக் கொண்டான். கூடவே தமிழய்யா சொன்ன இலட்சியம் பற்றியும் ஞாபகம் வந்தது.

தன் வாழ்க்கையில் உடனடி இலட்சியமாக பாபு நினைத்தது நீச்சல் கற்றுக் கொள்ளுவதுதான். ஆனால் அதை நினைக்கவே

பயமாக இருந்தது. ஏற்கனவே காலில் அடிபட்டு இவ்வளவு பிரச்சினைகளுக்கு ஆளான தான், நீச்சல் கற்றுக்கொள்ளப் போய் ஏதாவது ஆகிவிட்டால் என்ன ஆவது? தன்னை ஒரு நாள் கூட மாமா வீட்டில் வைத்திருக்க மாட்டார் என்ற அச்சம் அவனை வெகுவாக வருத்தியது.

ஒரு வழியாக பாபு மீண்டும் பள்ளிக்கூடம் போக ஆரம்பித்தான். எல்லா ஆசிரியர்களும் வகுப்புக்கு வந்ததும் ஒரு முறை இவனை விசாரிப்பதும், பிறகு கண்டிப்பதுமாக இருந்தது. கோயில் சிலையை தலைகுப்புற கவிழ்த்து விட்ட சம்பவம் ஊரெங்கும் பெரும் பேச்சையும் பரபரப்பையும் உண்டாக்கி வைத்திருந்தது.

ஒரு நாள் பள்ளிக்கூடம் முடிந்து வெளியே வரும்போது தமிழய்யாவும் வெளியே வந்தார். "வாடா பாபு" என்று பக்கத்தில் அழைத்து "ஏன் இப்படி செய்தாய்?" என்று கனிவோடு விசாரித்தார். தமிழய்யாவின் குரலில் இருந்த கனிவும், அன்பும் பாபுவுக்கு தைரியமாக பேசலாம் என்ற எண்ணத்தை தந்தது. "இல்லை ஐயா, சண்முகம்தான் ரொம்ப நாளா நம்ம ஊர் சிவன் கோயிலிலிருந்து பெருமாள் மலைக்கு சுரங்கப்பாதை இருப்பதாக சொல்லிக்கிட்டிருந்தான். எங்களுக்கும் அதை கண்டுபிடிக்க வேண்டும் என்று ஆசையாக இருந்தது. அதனால்தான் இப்படி ஆயிடுச்சு" என்றான்.

தமிழய்யா அவனை மெல்ல அருகில் இழுத்து முதுகில் தட்டிக் கொடுத்து, "இந்த வேலையெல்லாம் நீ பெரியவனாகி, பெரிய ஆராய்ச்சியாளன் ஆன பிறகு செய்யலாம். இப்ப ஒழுங்கா படிக்கிற வேலையை பாருடா" என்றார். "சரி ஐயா" என்றபடி பாபு அவரிடம் விடை பெற்றான்.

பாபு நடமாடத் தொடங்கி வழக்கம் போல் இயங்க ஆரம்பித்தான். ஒரு வாரம் கஷ்டத்தோடு ஒழுங்காக வீட்டுக்கு வருவதும், வீட்டு வேலைகளை செய்வதும் நண்பர்களைத் தேடி போகாமலும் அமைதியாக இருந்தான். பள்ளிக்கூடம் போக ஆரம்பித்த அந்த வாரக் கடைசியில் அந்த ஞாயிற்றுக் கிழமை அன்று அவனுக்கு உடனடியாக ஏரிக்கரைக்கு போக வேண்டும் என்ற வேட்கை வந்தது.

வழக்கம்போல் தன் நண்பர்களும் நிச்சயம் ஏரிக்கரையில் கூடியிருப்பார்கள் என்ற நினைப்பே அவனுக்கு உடம்பில்

சுறுசுறுப்பையும் உற்சாகத்தையும் கொடுத்தது. ஆனால் ஏரிக்கரைக்குப் போகிறேன் என்று சொல்லிவிட்டு வெளியே போக பயமாக இருந்தது. அன்பு உடம்பு சரியில்லாத காலத்தில் படிப்பதற்கு கொடுத்த வேதாளன் புத்தகங்கள் ஒரு கட்டு தனியாக இருந்தது.

“இந்த புத்தகங்களை எல்லாம் நான் போய் அன்பு வீட்ல கொடுத்திட்டு வரேன்” என்று சொல்லிவிட்டு அந்த புத்தகக் கட்டை சுமந்தபடி பாபு வெளியே வந்தான். “போனோம் வந்தோம்னு சீக்கிரம் வாடா பாபு” என்று அத்தை பெரும் குரல் எடுத்து சொன்னதை காதில் வாங்கியும் வாங்காமலும் ஏரிக்கரையை நோக்கி வந்தான். அங்கு இவன் எதிர்பார்த்தபடியே சண்முகம், பெரியசாமி, ராமதாஸ் மூவரும் உட்கார்ந்து நிதானமாக மாங்கா தின்று கொண்டிருந்தார்கள்.

பாபுவுக்கு ஏரியை பார்த்ததும் ஏதோ புத்தம் புதுசாய் முதன் முறையாய் பார்ப்பதுபோல் இருந்தது. கரையெல்லாம் மிக அதிகமாக புதர் மண்டிக்கிடப்பது போலவும் நீர்மட்டம் வெகு தொலைவுக்கு உள்ளே போய் விட்டதாகவும் தோன்றியது. நண்பர்களுடன் ஏரிக்கரையில் விளையாடி மகிழ்ந்து வீடு திரும்பினான்.

அத்தியாயம் – 9

கொஞ்ச காலமாகவே பள்ளிக்கூட வாழ்க்கை சற்று சிரமமானதாக மாறிப்போய் இருந்தது. முழு ஆண்டுத் தேர்வுகள் நெருங்கிக் கொண்டு இருந்தன. 8ம் வகுப்புக்கு அரசுத் தேர்வு என்று அரசாங்கம் திடீரென அறிவித்து விட்டதில் ஆசிரியர்களும் மாணவர்களும் சட்டென்று பயத்துக்கு உள்ளாகிப்போய் இருந்தனர்.

பாபு படிப்பில் சுமார்தான். மனசில் எப்பொழுதும் நண்பர்களுடன் விளையாட்டு, ஏரிக்கரை, அதன் அழகு, நீர்க்கோழி, ஏரிக்கு அப்பால் தூரத்தில் தெரியும் பச்சை மலை குன்றுகளின் பசுமை என்று அவன் உள்ளமெங்கும் விளையாட்டும், இரசனையும் நிரம்பிய ஒரு பையனாகவே வளர்ந்து இருந்தான்.

அதிலும் குறிப்பாக கதை கேட்பதிலும், கதைகள் படிப்பதிலும், கதைகளை மீறிய மனோ ராஜ்ஜியத்தில் திளைப்பதுமாகவே இருந்தான். படிப்புக்காக அப்படி ஒன்றும் பெரிதாக நேரம் ஒதுக்கி படிப்பதில்லை. ஏதோ மாமா வீட்டுக்கு ட்யூஷன் படிக்க வரும் பிள்ளைகளோடு சேர்ந்து அவ்வப்போது படித்து வந்தான்.

தமிழய்யா மீதுள்ள காதலால் தமிழ்ப் பாடம் படிக்காமலேயே நல்ல மதிப்பெண் வாங்கக்கூடிய நிலையில் இருந்தான். பூவோடு சேர்ந்த நாரும் மணக்கும் என்பது போல மணிமாறன் இருந்த வரைக்கும் கணக்கு போடுவதில் ஓரளவுக்கு உற்சாகம் இருந்தது. 8ம் வகுப்பில் மணிமாறனும் இல்லை. கணக்கிலும் ஆர்வம் குறைந்து போனது.

இந்த வருடம் காலாண்டு தேர்வு லீவு முடிந்து பள்ளி வந்த போது ஆங்கிலப் பாடம் எடுக்கும் பாக்கியலட்சுமி டீச்சர் பிரசவத்திற்காக லீவில் போனார்கள். அந்த சமயத்தில், சீனிவாசன் என்றொரு புது வாத்தியார் ஆங்கிலம் எடுத்தார்.

சீனிவாசன் வாத்தியார் கொஞ்ச காலமே பள்ளியில் இருந்தாலும் எல்லோருக்கும் மிகவும் பிடித்தவராகிவிட்டார். பாபுவுக்கு அவரையும் ரொம்பப் பிடித்தது காரணம் அவர் ஆங்கில இலக்கியங்களில் இருந்தெல்லாம் அவ்வப்பொழுது கதை சொல்வார்.

அப்படித்தான் ஒரு நாள் பாடம் முடித்த பிறகு "சாம்சன்" என்னும் மனிதனின் கதை சொன்னார். சாம்சன் என்னும் மனிதன், எதிரி நாட்டு அரசனால் சிறை வைக்கப் பட்டதாகவும் அவனுடைய பலம் எல்லாம் அவன் தலை முடியில் இருந்ததாகவும், அவன் முடி வளர வளர மகா சக்தி கொண்ட மனிதனாக மாறியதாகவும் கதை சொன்னார்.

கடைசியில் தலை முடி வளருவதை மறைத்து, நிறைய முடி வளர்த்து, ஒரு அரக்கன் போல் பலம் பெற்ற சாம்சன், தன்னை கட்டியிருந்த இரண்டு தூண்களையும் மாபெரும் மண்டபத்தையும் மிருக பலம் கொண்டு தன் கைகளாலேயே உடைத்து தள்ளிய கதையும் சொன்னார். கதை கேட்பதிலும் ரசிப்பதிலும் ஆர்வமுள்ள பாபுவுக்கு அந்த கதை ரொம்பவும் சுவாரசியமாக இருந்தது. தலை முடியில் பலம் இருந்தது என்ற அந்த கதை பாபுவுக்கும் மற்றவர்களுக்கும் கூட ஆச்சரியத்தை கொடுத்தது.

அந்தக் கதையினால் ஈர்க்கப்பட்ட பாபு, சீனிவாசன் வாத்தியார் வகுப்பு எடுக்கும் நேரங்களில் வகுப்பில் மிகுந்த அக்கறையோடு இருக்கப் பழகிக் கொண்டான். அவர் தன் வகுப்பில் ஒவ்வொரு வரிசையிலும் ஒரு மாணவனை அழைத்து தன் பக்கத்தில் நிறுத்தி, பாடத்தில் இருந்து ஒரு கேள்வி கேட்பார். அவன் பதில் சொல்லி முடித்ததும் அடுத்த வரிசையில் உள்ள ஒரு மாணவனை

அழைப்பார். அவர் வகுப்புகளில் இது வழக்கமாக நடக்கும் ஒரு விசயமாகி விட்டது.

ஒரு பாடம் நடத்துவார், அடுத்த நாள் படித்துவிட்டு வரச் சொல்லுவார். பிறகு ஒவ்வொரு வரிசையிலிருந்தும் ஒரு பையனை அழைத்து ஒரு கேள்வி கேட்பார். இந்த அனுபவம் பாபுவின் வகுப்பு பையன்களுக்கு புதியதாக இருந்தது. இதுவரை எந்த வாத்தியாரும் இப்படி தன் பக்கத்தில் அழைத்து நிறுத்தி, பதில் சொல்லச் சொன்னதில்லை.

அப்படித்தான் ஒரு நாள் வழக்கம் போல் மாணவர்களை ஒவ்வொரு வரிசையிலிருந்தும் அழைத்து கேள்வி கேட்டார். எப்பொழுதுமே பாபுவுக்கு, ஏன் எல்லோருக்குமே, ஆங்கில வகுப்பு என்றால் பயம்தான். எங்கே தன்னை பதில் சொல்ல கூப்பிட்டு விடுவாரோ என்ற அச்சத்தில் பாபு ஒரு மாணவனுக்கு பின்னால் தலையை மறைத்துக் கொண்டான்.

பாபு இப்படி தன்னைத்தானே மறைத்துக் கொள்வதைக் கண்ட சீனிவாசன் வாத்தியார், அடுத்த கேள்விக்கு பதில் அளிக்க பாபுவை அழைத்தார். பாபு எழுந்து போய் ஆசிரியர் பக்கத்தில் வகுப்பை பார்த்தபடி நின்றான். அவர் கேட்ட கேள்வியும் பதிலும், இரண்டுமே சுத்தமாக பாபுவுக்குத் தெரியவில்லை.

பதில் சொல்லாமல் நின்றிருந்த பாபுவைப் பார்த்து, “என்னடா நீ நல்லா படிக்கிற பையனாச்சே, நீ ஏன் இன்றைக்கு படிக்காமல் வந்தாய்?” என்று சீனிவாசன் வாத்தியார் கேட்டார். என்ன சொல்வது என்று புரியாத பாபு “ நாளைக்கு ஒழுங்காகக் படித்துவிட்டு வந்துடுறேன்” என்றான். “சரி போ” என்று அடிக்காமல் விட்டு விட்டார்.

தன்னைப் பார்த்து நல்லா படிக்கிற பையன் என்று ஆங்கில வாத்தியார் சொன்னதைக் கேட்ட பாபுவுக்கு உடம்பெங்கும் உஷ்ணம் பரவியது. தான் ஒரு நாளும் நல்லா படிக்கிற பையனாக இருந்ததில்லை என்பது பாபுவுக்குத் தெரியும். எதை வைத்து இந்த ஆங்கில வாத்தியார் தன்னை நல்லா படிக்கிற பையன் என்று சொன்னார் என்று யோசித்துப் பார்த்தான். அவனுக்குப் புரியவில்லை.

ஒருவேளை அவர் ஆங்கில இலக்கியங்களில் இருந்து கதை சொன்ன நேரங்களில் மிகுந்த அக்கறையோடும் ஆசையோடும்

கண்கள் விரிய கதைக் கேட்டதை வைத்து அவர் தன்னை நல்லா படிக்கிறப் பையன்கள் லிஸ்டில் சேர்த்திருப்பார் என்று நினைத்து கொண்டான்.

ஆசிரியரின் அந்த புகழ்ச்சியுரை பாபுவுக்குள் ஒருவித கிளர்ச்சியை உண்டு பண்ணியது. சரி, இனிமேல் நாமும் நல்லா படித்தால் என்ன என்ற எண்ணத்தை முதல் தடவையாக பாபு சிந்தித்து பார்த்தான். கோழிகிறுக்கல் போல இருக்கும் தன் கையெழுத்து திருந்தாதவரை தனக்கு ஒரு நாளும் பரீட்சை பேப்பரில் மார்க் விழாது என்பது அவனுக்கே தெரிந்துதான் இருந்தது.

தன் நண்பன் சம்பத்தைபோல் முத்து முத்தாய் எழுத தன்னால் இந்த ஜென்மத்தில் முடியாது என்பது மட்டும் அவனுக்குப் புரிந்திருந்தது. எனவே கையெழுத்தை கிறுக்குவதிலிருந்து நிறுத்தி ஒழுங்காக எழுதுவதாக முடிவு செய்துகொண்டான். எண்கள் எழுதும்பொழுது *1, 2, 3, 4* என்று எண்களை அதன் வடிவம் குறையாமல், வடிவத்தை குலைக்காமல் சரியாக எழுதினால் அதுவே போதும் என்று எண்ணிக்கொண்டான்.

அடுத்த நாளும் தன்னை எங்கே சீனிவாசன் வாத்தியார் அழைத்து தன் பக்கத்தில் நிறுத்திக் கேள்வி கேட்டு பதில் சொல்ல வைத்து விடுவாரோ என்ற பயத்தில் மிகவும் கஷ்டப்பட்டு விடியற்காலையிலேயே எழுந்து அந்த கேள்வி பதில்களை படித்து மனப்பாடம் செய்து முடித்தான்.

வகுப்பில் இவன் நினைத்தது போலவே அடுத்த நாளும் இவனது வரிசையில் இருந்து சீனிவாசன் வாத்தியார் இவனையே அழைத்து முதல் நாள் கேட்ட அதே கேள்வியை இன்றும் கேட்டார். பாபுவுக்கு தான் நினைத்தது நடத்துவிட்டது என்பது புரிந்தது. அவர் கேட்ட அந்த நான்கு வரி பதிலை தட்டுத்தடுமாறி ஒரு வழியாக சொல்லி முடித்தான்.

ஆனால் கடைசி வரி மட்டும் மறந்து போனது. அதை ஒரு பொருட்டாக எடுத்துக்கொள்ளாமல் அவரே அந்த வரியையும் சொல்லி மீண்டும் அவனை எல்லோர் முன்னிலையிலும் "பாத்தியா, நான் சொன்னேன்ல, நீ நல்லா படிக்கிற பையன்தான்" என்ற சீனிவாசன் வாத்தியாரின் புகழுரைகள் பாபுவுக்குள் மந்திரசக்தி போல் வேலை செய்தது.

தமிழய்யா சொல்லிக் கொடுத்த "வாய்விட்டு படித்தல்" என்ற முறையில் தினமும் பாடங்களை நன்றாக வாய் விட்டு உரக்கப் படித்து, சீனிவாசன் வாத்தியார் சொல்லியபடி, உண்மையிலேயே பாபு நல்லா படிக்கும் மாணவர்களில் ஒருவன் ஆனான்.

பாக்கியலட்சமி டீச்சர் மீண்டும் வேலைக்கு வந்தவுடன் சீனிவாசன் சார் வேலையைவிட்டு போய்விட்டார்,. ஆனால் அவர் கூறிய "நீ நல்லா படிக்கிறப் பையன்" என்ற வார்த்தைகள் பாபுவுக்குள் சதா ஒலித்துக்கொண்டே இருந்தன. இத்தனை மாணவர்கள் முன்னிலையில் தன்னை பார்த்து "நீ நல்லா படிக்கிறப் பையன்" என்று சொன்ன சீனிவாசன் சாரை பாபுவால் மறக்கமுடியாது.

முழு ஆண்டு பரீட்சைகள் நடந்து கொண்டிருந்த நேரம். பாபுவின் நண்பர்கள் சம்பத், ராஜதுரை, பெரியசாமி, ராமதாஸ், இராஜேந்திரன் எல்லோரும் படிப்பில் கவனமாக இருந்தார்கள். மதிய உணவுக்கு சோலைக்குப் போய் சாப்பிட்டு ரொம்ப நாளாகிவிட்டது. எல்லோரும் மதிய உணவைப் பள்ளிகூடத்திலேயே சாப்பிட்டு விட்டு இடைப்பட்ட கொஞ்ச நேரத்தில் கொஞ்சம் படித்தார்கள்.

பாபுவும் சம்பத்தும் மட்டும் மாலை வேளைகளில் ஒரு நடை ஏரிக்கரை வரைக்கும் போய் வருவார்கள். ஏரிக்கரை மீது நடந்து போகையில் ஆங்காங்கே தெரியும் நீர்க்கோழிகளும் மாலை பொழுதை மயக்கமுறச் செய்யும் அந்தி நேரத்து வானமும், தூரத்தில் வயல் வெளிகளை எல்லாம் தாண்டி மலைகளுக்கு பின்னால் மறையத் துவங்கும் சூரியனையும் பார்த்துவிட்டு பொடிநடையாக இருவரும் வீடு திரும்புவது மட்டும் விட்டுப் போகாமல் இருந்தது.

இந்த மாலை நேரம் பாபு, சம்பத் இருவருக்கும் மிகவும் பொன்னான நேரம். சதா பேசியபடியே இரண்டு பேரும் ஏரிக்கரை போவதும் அங்கே சற்று நேரம் காலாற உலாவிவிட்டு மீண்டும் வருவதும் வழக்கமாக்கிக் கொண்டிருந்தார்கள். முழு ஆண்டு பரிட்சை முடிந்து கோடை விடுமுறையில் என்னென்ன செய்யலாம் என்பது பற்றியெல்லாம் திட்டமிட்டார்கள்.

பாபு தன் திட்டத்தில் தெளிவாக இருந்தான். இந்த முறை எப்படியாவது முழு ஆண்டு லீவு முடிவதற்குள் சுகுமாரிடம் சொல்லி நீச்சல் கற்றுக் கொள்வது என்று முடிவு செய்திருப்பதாக

கூறினான். சம்பத் ஏற்கனவே நீச்சல் தெரிந்தவன் என்பதால் அவனும் இதை ஆமோதித்தான். "அது ஒன்னும் பெரிய வேலையில்லை. சரியா ஒரு வாரத்தில் நீச்சல் கத்துக்க முடியும்" என்றான் சம்பத். கூடவே தான் தன் பாட்டி வீட்டுக்கு ஊருக்கு போய் இருந்த போது நீச்சல் கற்றுக்கொண்டதையும் சொன்னான்.

காய்ந்த சுரைக் குடுக்கையை இடுப்பில் கட்டிக்கொண்டு முதுகில் அதை சுமந்தபடி தன்னோட மாமா மூலம் நீச்சல் கற்றுக் கொண்டதை விவரித்தான். காய்ந்த சுரைகுடுக்கை தன்னிடம் இருப்பதாகவும் அதை வைத்தே பாபுவும் நீச்சல் கற்றுகொள்ள முடியும் என்றான். முதல் நாள் மட்டும் கிணற்றில் இறங்கவும் தண்ணீரில் குதிக்கவும் பயமாக இருக்கும். ஒரு வாரம் ஆகிவிட்டால் தண்ணீரில் இருந்த எழுந்து வரவே மனசு வராது என்று சம்பத் தன் அனுபவங்களை விவரித்தான்.

சம்பத்தின் இந்தப் பேச்சு பாபுவுக்கு மீண்டும் உற்சாகத்தை கொடுத்தது. பரிட்சை முடிந்த பத்து நாள்களுக்குள் தான் ஒரு நீச்சல் வீரன் ஆகிவிடுவோம் என்ற எண்ணமே ஆனந்தத்தைக் கொடுத்தது. கூடவே வீட்டுக்குத் தெரிந்தால் திட்டுவார்களே என்ற ஒரு சிறு பயமும் இருந்தது.

அதைப்பற்றி சம்பத்திடம் கேட்டான் பாபு. "டேய் அதைப்பற்றி கவலை படாதே. காலையில் பம்ப்செட்டில் போய் குளித்துவிட்டு வருவதாக சொல்லிவிட்டு வந்துவிடு. நான் சுரைகுடுக்கையோடு வந்துவிடுகிறேன். வழக்கமாக குளிக்கும் ஓட்டன் கேணியிலோ மஞ்சள் கேணியிலோ நாம் தினமும் ஒரு மணி நேரம் நீச்சல் பழகிக் கொள்ளலாம். அதனால் வீட்டில் கேட்டு சிக்கிக் கொள்ளாதே" என்றான். பாபுவுக்கு சம்பத் சொல்லியது சரியான முடிவாக தெரிந்தது.

பரிட்சைகள் நடந்து கொண்டிருக்கும் இந்த நேரத்தில் படிப்பை விடவும் பாபுவுக்கு நீச்சல் பற்றிய சிந்தனைகள்தான் அதிகமாக இருந்தன. சுகுமார் கிணற்றுக்குள் டைவ் அடித்த அழகு அவன் மனதில் ஒரு பிம்பமாய் நின்றது. சுகுமார் பம்ப்செட் கட்டிட மாடியில் ஏறி கிட்டத்தட்ட 100 அடி உயரத்தில் இருந்து டைவ் அடிக்கும் அழகை பார்த்துக்கொண்டே இருக்கலாம். சுகுமார் மாதிரி கட்டிடத்தின் உச்சிக்கு ஏறி டைவ் அடிக்காவிட்டாலும், குறைந்தபட்சம் கிணற்றில் இருக்கும் திட்டில் இருந்தாவது டைவ் அடித்துவிட வேண்டும் என்று பாபு தனக்கென்று ஓர் இலக்கை நிர்ணயித்துக் கொண்டான்.

அத்தியாயம் – 10

பரிட்சைகள் எல்லாம் ஒவ்வொன்றாய் முடிந்தன. விடுமுறையும் தொடங்கி விட்டது. கோடையின் உக்கிரத்தால் ஏரியில் நீர் வற்றி ஆங்காங்கே திட்டுகளும், பச்சை பசேல் என்ற புற்களும் படர்ந்து, ஏரியும், ஏரிக்கரையும் ஒரு புதுப் பொலிவை அடைந்திருந்தன. இன்னும் ஒரு மாதத்திற்குள் இந்த நிலைமையும் மாறி விடும். ஏரி கிட்டத்தட்ட முற்றிலுமாக வற்றி விடும். ஏரியின் நீர் அளவைப் பொருத்தே ஏரியை சுற்றியுள்ள வயற்காடுகளில் அமைந்துள்ள கிணறுகளின் நீர் மட்டமும் இருக்கும். நீர் மட்டம் கிணற்றின் கீழே போகப் போக நீச்சலுக்கு அது உகந்ததாக இருக்காது.

ஆனால் ஒட்டன் கேணியின் நீர் மட்டம் மட்டும் அப்படி ஒன்றும் பெரிதாக மாறி விடாது. அந்த கிணறு ரொம்ப ஆழமானது. அதன் மேற்கு மூலையிலிருந்து வாய்க்காலில் தண்ணீர் வருவது போல் ஊற்று வருவதை சில சந்தர்ப்பங்களில் பார்த்திருக்கிறார்கள். வயலுக்குத் தேவையான போது ஒட்டன் கேணியின் மோட்டார் செட் பகலெல்லாம் ஓடி மொத்த தண்ணீரையும் எடுத்து விடும். அப்பொழுது பார்த்தால் கிணற்றின் அடி ஆழத்தில் மேற்கு மூலையிலிருந்து அப்படி ஓர் நீரூற்று பீறிட்டு வரும். எனவே பாபு தான் நீச்சல் கற்றுக் கொள்ளும் வேலையை ஒட்டன் கேணியில்தான் செய்ய வேண்டும் என்று முடிவெடுத்திருந்தான்.

பரிட்சை முடிந்த சந்தோஷத்தில் இரண்டு நாட்கள் அங்குமிங்குமாக சுற்றித் திரிந்தார்கள். சிவன் கோயிலில் ஏற்பட்ட அந்த சம்பவத்திற்குப் பிறகு பெரியசாமி இந்த நண்பர்களோடு அவ்வளவாக சேருவதில்லை. ஆனால் பாபு, சம்பத், சண்முகம், ராஜேந்திரன் எல்லோரும் வழக்கம் போல் சேர்ந்து பேசுவதும், சிரிப்பதும், விளையாடுவதுமாக இருந்தார்கள்.

பாபுவுக்கு மட்டும் அடி மனதில் ஒரு அச்ச உணர்வு இருந்தபடியேதான் இருந்தது. ஏதாவது தப்பு செய்து மாட்டிக் கொண்டால் நிச்சயம் மாமா தன்னை ஊருக்கு அனுப்பி விடுவார் என்பதைத் தெளிவாக உணர்ந்திருந்தான். அதை நினைக்கும் பொழுது இந்த நீச்சல் கற்றுக் கொள்ளும் விஷயமும் மனசுக்குள் உறுத்தலாகத்தான் இருந்தது. யாரைக் கேட்டுக் கொண்டு நீச்சல் கற்றுக் கொள்ளப் போனாய் என்று மாமா கேட்டால் என்ன பதில்

சொல்வது என்று உள்மனம் பயப்பட்டது. ஆனால் எப்படியும் நீச்சல் கற்றுக் கொள்வது என்ற உணர்வு ஒரு வெறியாக பாபுவின் மனதில் தலை தூக்கி நின்றது.

ஒரு நாள் மாலைப் பொழுதில் அன்பு வீட்டிற்கு பாபு சென்றிருந்தான். ஏற்கனவே அன்பு வீட்டில் பாபு பார்த்த "மாயாவி வேதாளன்" புத்தகங்கள் நூற்றுக் கணக்கில் கிடந்தன. இந்த முறை அன்பு, வேதாளன் புத்தகங்களோடு புதிதாக இரும்புக்கை மாயாவி

புத்தகத்தையும் சேர்த்து கொடுத்தான். இரும்புக்கை மாயாவியின் சாகசங்கள் பாபுவை மேலும் ஆச்சரியத்தில் ஆழ்த்தின.

இரும்புக்கை மாயாவி கதையில் வரும் அந்த மாயாவி, தன் இரும்பாலான வலது கையை மட்டும் கழட்டி தனியாக இயக்கும் வசதி பெற்றவனாக இருந்தான். வலது உள்ளங்கை வரை உள்ள அந்த இரும்புப் பகுதி சகல வல்லமை பெற்றதாக இருந்தது. உலகத்தில் நிச்சயமாக மாயாவி போன்ற மனிதர்களும், வேதாளம் போன்றவர்களும் எங்கோ ஒரு மூலையில் இருக்கத்தான் செய்வார்கள் என்று பாபுவின் மனம் தீவிரமாக நம்பியது.

"மஞ்சள் பூ மர்மம்" என்ற கதையில் வரும் சம்பவங்களும் உலகை அழிக்க நினைக்கும் தீய சக்திகளிடமிருந்து உலகை காக்கும் இரும்புக்கை மாயாவியின் சாகசமும் எத்தனை முறை படித்தாலும் பாபுவுக்கு அலுத்துப் போகவில்லை.

அதேபோல் "ஊகூரு பிடாரி" கதையில் வேதாளன் செய்யும் சாகசங்களும் பாபுவின் நெஞ்சத்தில் கிளர்ச்சியை உண்டாக்கின. வேதாளன் கதையில் வரும் வேதாளனின் அன்புக்குரிய குதிரையும், டெவில் என்ற நாயும், ஏதோ பாபுவிடமே வளர்ந்தது போல் ஒரு பாசத்தை பாபுவின் நெஞ்சில் உண்டாக்கின. வேதாளனுக்கு உதவியாக வரும் குரண் என்னும் குள்ளர்களின் தலைவன் பாபு மனசில் பல சிந்தனைகளை தோற்றுவித்தான்.

தமிழய்யா வகுப்பில் ராமாயணம் நடத்தும் பொழுது சொன்ன ராமர் கதையில் வரும் குகன் என்னும் படகோட்டியும், வேதாளன் கதையில் வரும் குரண் போலவே இருந்திருப்பான் என்று பாபு நினைத்துக் கொண்டான்.

குகன், குரண் என்ற இரு பெயர்களும் அவர்கள் இருவரும் குள்ளமான மனிதர்கள் என்ற மன பிம்பத்தை பாபுவின் மனசில் உண்டாக்கின. ஒவ்வொரு கதை படிக்கும் பொழுதும் அந்த சம்பவங்கள் ஒரு திரைப்படமாய் பாபுவின் நெஞ்சில் விரியும். வெகுகாலம் தினத்தந்தியில் கன்னித்தீவு சிந்துபாத் கதை மட்டுமே படித்து வந்த பாபுவுக்கு திடீரென உறவினர்கள் போல் வேதாளனும் இரும்புக்கை மாயாவியும் வந்து சேர்ந்தனர். இவர்களுக்கு நடுவே, ஒன்றிரண்டு புத்தகங்களில் மந்திரவாதி மாண்டிரேக் வந்து, யாரையும் தன் விரல்களை அசைப்பதன் மூலம் மனோ வசியப்படுத்தி சாகசங்கள் புரிந்து கொண்டு இருந்தான்.

மாண்ட்ரேக் கதையில் வரும் லோத்தர் என்ற மாண்டிரேக்கின் உதவியாளர், மாண்டிரேக்கைப் போலவே மனோ வசியக் கலையைப் பயிலவில்லை என்றாலும், மாண்டிரேக்கின் சகல சாகசங்களிலும் துணையாக இருந்து எதிரிகளை வீழ்த்துகிறான். தான் பார்க்கும் தன் நண்பர்கள், மற்றும் தனக்கு தெரிந்தவர்களிடம் பாபு எப்பொழுதும் இதைப்பற்றியே பேசிக் கொண்டிருந்தான்.

முழு ஆண்டு தேர்வு முடிந்து, பள்ளிக்கூடம் மூடப்பட்ட நிலையில் பாபு கிடைத்த நேரத்தில் எல்லாம் வேதாளன் கதைகளையும் இரும்புக்கை மாயாவி கதைகளையும் மாண்டிரேக் சாகசங்களையும் விழுந்து விழுந்து படித்தான்.

இந்த கதைகளைப் படிக்க ஆரம்பித்து விட்டால் சுற்றுச் சூழல் எல்லாவற்றையும் மறந்து அதிலேயே மூழ்கிப் போவது பாபுவுக்கு வழக்கமாகிப் போனது. சமீப காலங்களில் பாபுவின் கனவில் இவர்களெல்லாம் அவ்வப்பொழுது தென்படத் துவங்கியிருந்தார்கள்.

பாபுவின் மனதில் தான் ஒரு வீரனாகவும், மாபெரும் சக்தியுள்ள மனிதனாகவும் வளர வேண்டும். இரும்புக்கை மாயாவி போலவும், வேதாளன் போலவும் நீதியை நிலை நாட்ட பாடுபடவேண்டும் என்றெல்லாம் உள்ளூர ஓர் ஆசையும், உணர்வும் பொங்கி பிரவாகித்தது.

சொல்லப் போனால் இந்த மனிதர்கள் யாவரும் கதைகளுக்காகக் கற்பனையில் படைக்கப் பட்டவர்கள் என்ற எண்ணம் பாபுவின் மனதில் சுத்தமாக இல்லை. இவர்கள் எல்லோருமே நிஜத்தில் எங்கோ இருக்கிறார்கள் என்றும் அவர்கள் உலகத்தையும், மக்களையும் காக்க போராடிக் கொண்டிருக்கிறார்கள் என்றும் பாபுவின் மனசு நம்பியது.

ஒருநாள் பாபு இந்த சித்திரப்படங்களை வைத்துப் படித்துக் கொண்டிருந்தான். அன்று விடுமுறையாகையால் மாமா வீட்டில் யாரும் இது குறித்து ஆட்சேபம் எழுப்பவில்லை. ஆனாலும் கூப்பிட்ட குரலுக்குக்கூட ஏன் என்று கேட்காமல் மெய்மறந்து இந்த புத்தகங்களை படித்துக் கொண்டிருப்பதை கவனித்த மாமா "என்னடா எப்ப பார்த்தாலும் படிப்பு? வீட்டில் ஆயிரம் வேலைகள் கெடக்கு" என்று திட்டினார். அந்த சமயத்தில் பாபு மந்திரவாதி மாண்டிரேக் கதை படித்துக் கொண்டு இருந்தான்.

அவன் படித்துக் கொண்டிருந்த கதையில் தனக்கு எதிரே தோன்றும் ஒரு வலிமை மிக்க எதிரியை மாண்டிரேக் தன்

கைகளை நீட்டி விரல்களை அசைத்து, வசியப் படுத்துவார். அந்த வசியத்தில் மயங்கிய எதிரி தான் உருவமற்று கூழ் போல் தரையோடு தரையாக கிடப்பதாக உணர்வான். இந்த சந்தர்ப்பத்தில் மாண்டிரேக்கும் அவன் உதவியாளர் லோதரும் சேர்ந்து அவனை அடித்து வீழ்த்துவார்கள்.

பாபுவுக்கு மனோவசியம் என்றால் என்னவென்று சுத்தமாக புரியவில்லை. இதை தெரிந்து கொள்ளும் ஆர்வத்தில் பாபு துணிச்சலை வரவழைத்துக் கொண்டு மாமாவிடம் மனோவசியம் என்றால் என்ன என்று கேட்டான். மாமாவும் ஏதோ ஒரு நல்ல மன நிலையில் மனோவசியம் என்றால் ஹிப்னாடிசம் என்று சொன்னார். அது ஒரு ஆளை, இன்னொரு ஆள் தன் வசப்படுத்துதல் என்று கூறிவிட்டு "உனக்கு ஏண்டா இதெல்லாம்" என்றார். "இல்ல மாமா இந்த கதையில் மந்திரவாதி மாண்டிரேக் தன் எதிரிகளை கை விரல்களை ஆட்டி வசியம் பண்ணி அடித்து நொறுக்கிறான், அதான் கேட்டேன்" என்றான்.

மாமாவும் ஆர்வத்தோடு அந்த புத்தகத்தை வாங்கி பார்த்துவிட்டு "இந்த இந்திரஜால் காமிக்ஸ் புத்தகங்களெல்லாம் உனக்கு ஏதடா" என்றார். "நம்ம அன்புதான் இதையெல்லாம் கொடுத்தான். அவங்க வீட்டில் இது மாதிரி எக்கசக்கப் புத்தகங்கள் இருக்கிறது. எனக்கு லீவில் படிப்பதற்காக கொடுத்தான்" என்று சந்தடி சாக்கில் வேதாளன், மாயாவி புத்தகங்களை காட்டினான்.

ஏதோ ஒரு அவசரத்தில் இருந்த மாமா, அவைகளையெல்லாம் ஒரு தடவை புரட்டி பார்த்துவிட்டு, "சரி சரி இதெல்லாம் ரொம்ப படித்து புத்தியைக் குழப்பிக் கொள்ளாதே, லீவில் இங்கிலீஸ் கற்றுக் கொள்வது மாதிரி எதையாவது படி. வீட்டு வேலைகளை ஒழுங்காக கவனி" என்று கூறிப் போய் விட்டார். மாமா திட்டுவாரோ என்ற பயத்திலிருந்த பாபுவுக்கு, மாமா கூறிய இந்த வார்த்தைகள் பெரிதும் மகிழ்ச்சியூட்டின.

கோடை விடுமுறை விட்டு பத்து நாட்கள் ஆகியிருக்கக் கூடும். ஊரிலிருந்து அம்மா வந்து அழைத்து போனால்தான் ஊருக்குப் போக முடியும். பாபுவின் மனசுக்குள் ஊருக்குப் போய் அம்மா, அப்பா, அக்கா, அண்ணன், தம்பிகளை பார்க்க ஆசையாக இருந்தது. ஆனால் அதை வெளியே சொல்ல பயமாக இருந்தது. எல்லா பள்ளிகளுக்கும் விடுமுறை என்பதால் அம்மா வந்து நிச்சயம் அழைத்துப் போவார்கள் என்பது பாபுவுக்குத் தெரியும். அம்மா வந்து அழைத்துப் போவதற்குள் இந்த நீச்சல் கற்றுக்

கொள்ளும் வேலையை முடித்ததாக வேண்டும் என்று சட்டென்று பாபுவுக்கு தோன்றியது.

உடனே அவன் சம்பத் வீட்டுக்கு விரைந்து சென்றான். இருவரும் சேர்ந்து அவர்கள் வீட்டு பரணியில் கிடந்த சுரைகுடுக்கையைத் தேடி எடுத்தார்கள். அதை தூசி தட்டி தண்ணீர் தொட்டியில் அமுக்கிப் பார்த்தார்கள். அதை உள்ளே அமுக்கவே முடியவில்லை. "ஒன்றும் கவலையில்லை சுரைக்குடுக்கை அருமையாக இருக்கிறது. இதை இடுப்பில் கட்டிக் கொண்டு கிணற்றில் குதித்தால் ஒரே வாரத்தில் நீச்சல் கற்றுக் கொள்ளலாம்" என்றான் சம்பத்.

பாபுவின் மனதில் உற்சாகம் பொங்கியது. அப்பொழுதே கிணற்றுக்குப் போய் குதிக்க வேண்டும் போல் தோன்றியது. அடுத்த கணமே வீட்டு நினைப்பு வந்தது. வீட்டில் என்ன சொல்வார்களோ, எப்படி இதை செய்வது என்று குழம்பிப்போய் தன் எண்ணத்தை வெளியிட்டான். திடீரென சம்பத் ஒரு யோசனை சொன்னான்.

ஏரிக்கு அடுத்துள்ள பல கிணறுகளில் காலை நேரத்தில் மோட்டார் செட் போட்டு வயல்களுக்கு நீர் இறைப்பார்கள். ஊருக்குள் அவ்வளவாக நீர் வளம் இல்லாத காரணத்தாலும், பொதுகிணறு போன்ற இடங்களில் கும்பலாக இருப்பதாலும் பெரும்பாலும் ஊர் மக்கள் துணிகளை மூட்டையாக கட்டிக் கொண்டு வந்து மோட்டார் இறைத்துக் கொட்டும் நீரில் துணி துவைத்து, குளித்து போவது வழக்கம்.

"டேய் வீட்டில் கொஞ்சம் துணி எடுத்துக்க, பம்பு செட்டுக்குப் போய் துவைச்சு குளிச்சிட்டு வறேன் என்று சொல்லிட்டு வா, நான் சுரைக்குடுக்கையை எடுத்துட்டு வறேன். நாம கிணத்தில குளிச்சிட்டு வர இது வசதியா இருக்கும்" என்றான் சம்பத். இந்த திட்டம் பாபுவுக்கு சரி என்று பட்டது.

அடுத்த நாள் காலையில் எழுந்ததும் தொட்டிகளில் நீர் நிரப்பிவிட்டு தன்னுடைய சட்டை, கால்சட்டை, வீட்டில் கிடந்த துண்டு சிலவற்றை எடுத்துக் கொண்டு அத்தையிடம் போனான். "அத்தை நான் இந்த துணிகளையெல்லாம் துவைத்துக் குளித்துவிட்டு வந்து விடுகிறேன்" என்றான். அத்தை வீட்டில் இருந்த தண்ணீர் பற்றாக்குறையை எண்ணியபடி "சரி சரி போயிட்டு நேரத்தில் வா" என்று விடை கொடுத்தார்கள்.

எவ்வளவோ எதிர்ப்பை எதிர்நோக்கி போன பாபுவுக்கு காரியம் சட்டென்று முடிந்து விட்டதில் ஓர் உற்சாகம் பிறந்தது. அடுத்த நொடியே அவன் சம்பத் வீட்டில் இருந்தான். சுரைகுடுக்கை சகிதமாக இருவரும் ஒட்டன் கேணியை நோக்கி நடந்தனர். ஒட்டன் கிணற்றில் தண்ணீர் இன்னும் மேலாகவே இருந்தது. கோடையின் தாக்கம் அதிகமாக அதிகமாக நீர் மட்டம் மெல்ல கீழே போகும் என்பதை இவர்கள் வருடா வருடம் பார்த்துக் கொண்டுதான் இருக்கிறார்கள். நீர் மட்டம் கீழே போவதற்குள் நீச்சல் கற்றுக் கொள்ள வேண்டும் என்று சம்பத் கூறினான். பிறகு இருவரும் கிணற்று மேட்டில் கரையில் நின்று இப்படி பேசிக் கொண்டிருக்கும்போதே வேறு சிலர் அங்கே வந்து குளிக்கத் தொடங்கினார்கள்.

பம்ப்செட், தண்ணீரை வெள்ளமென இறைத்து வெளியே கொட்டிக் கொண்டிருந்தது. இறைத்த நீர் ஓடும் பாதையில் சிமெண்டினால் கொஞ்ச தூரம் வாய்க்கால் இருந்தது. பிறகு வரப்புகளுக்கு நடுவே ஓடி இறைத்த நீர் வயலை அடையும். இந்த சிமெண்ட் வாய்க்காலுக்கு அருகே துவைப்பதற்கு ஏதுவாக ஆண்களும் பெண்களும் அகலமான பாறைகளை நகர்த்தி வைத்திருந்தனர். அந்த பாறைகளில் சோப்பு போட்டு துவைத்ததற்கு அடையாளமாக வெள்ளையும், நீலமுமாய் படிந்திருந்தது.

பாபு சம்பத்திடம் சீக்கிரம் தனக்கு சுரைகுடுக்கையை கட்டி விடச் சொல்லி அவசரப்படுத்தினான். பம்ப்செட்டில் நீர் கொட்டிக் கொண்டிருந்தாலும் நீச்சல் தெரிந்த சில பெரியவர்களும், வாலிபர்களும் கிணற்றுக்குள் இறங்கி உல்லாசமாக நீந்தி குளித்தபடி இருந்தனர். சம்பத் சுரைகுடுக்கையை பாபு முதுகில் கட்டி அது சரியாக இருக்கிறதா என்று பார்த்தான். அவனை அழைத்துக் கொண்டு கிணற்றின் ஓரத்திற்கு வந்தான். குதிப்பதற்கு ஏதுவான இடத்தை தேர்ந்தெடுத்து, நாம் இங்கிருந்து குதிப்போம் என்றான்.

பாபுவுக்கு திகிலாக இருந்தது. இவ்வளவு உயரத்திலிருந்து வேண்டாம், பயமாக இருக்கிறது என்றான். சரி என்று இருவரும் படிக்கட்டு வழியாக இறங்கி சுற்றுச் சுவரை ஒட்டி கிணற்றுக்குள் இரண்டடி அகலத்திலிருக்கும் திட்டுப் பகுதியை அடைந்தனர். அங்கிருந்து குதிப்பது பாதுகாப்பானதாகத் தோன்றியது பாபுவுக்கு. கிணற்றில் அங்கொன்றும் இங்கொன்றுமாக சிலர் நீந்திக் கொண்டிருந்தனர்.

ஒரு பையன் சுரைகுடுக்கையை கட்டிக் கொண்டு நிற்பதைப் பார்த்த அவர்கள் அவன் குதிப்பதற்கு ஏதுவாக நீச்சல் அடித்து சற்று விலகிப் போனார்கள். கிணற்றுக்குள் பலர் நீந்திக் கொண்டிருந்ததைப் பார்த்த பாபுவுக்கு கொஞ்சம் தைரியமாக இருந்தது.

"குதித்ததும் கொஞ்சம் திக்கென்று இருக்கும். பயந்து விடாதே," சம்பத் சொன்னான். "சுரைகுடுக்கை உன்னை மேலே இழுத்து வந்து விடும். பிறகு நீ மெல்ல கால்களை ஆட்டியபடி, கைகளை எட்டிப் போட்டு கரையை நோக்கி நீந்த வேண்டும். கால்களையும் கைகளையும் எவ்வளவுக்கு எவ்வளவு அகலமாகவும் வேகமாகவும் போட்டு நீந்துகிறாயோ, அவ்வளவு சீக்கிரத்தில் நீ நீச்சல் கற்றுக் கொள்ள முடியும்" என்று சம்பத் விளக்கி கூறினான்.

சம்பத் "குதி" என்று சொன்ன பிறகும், பாபு தயங்கியபடியே நின்று கொண்டிருந்தான். மனசு என்னவோ நீச்சல் கற்றுக் கொள்ள வேண்டும் என்று ஆசைப்பட்டது உண்மைதான். ஆனால், சட்டென்று மனசெங்கும் ஒருவித பயமும் பீதியும் நிரம்பியிருந்தது. பாபுவைப் பார்த்து சம்பத் "என்ன யோசிக்கிற, குதிடா" என்றான். "இல்லை" என்று பாபு ஏதோ சொல்லி முடிப்பதற்குள் பாபுவை சம்பத் தண்ணீருக்குள் தள்ளி விட்டான்.

தொப்பென்று தண்ணீரில் விழுந்த பாபு ஒரு கணம் செயலற்று போனான். சில்லென்ற தண்ணீர் ஒரு வினாடிக்குள் உடம்பெங்கும் சூழ்ந்து கொண்டது. குதித்த வேகத்தில் உடல் கிணற்றின் பாதாளத்தை நோக்கி இழுத்துச் செல்லப்படுவதாக உணர்ந்தான். பீதியும், பயமும் நெஞ்சைக் கவ்விக் கொள்ள அந்த ஒரு சில வினாடிக்குள் பாபு வேறொரு உலகத்தில் இருப்பது போல் உணர்ந்தான். கிட்டத்தட்ட தன் வாழ்க்கையே முடிந்து விட்டதோ என்று அஞ்சும் அளவுக்கு பாபுவின் உடலெங்கம் ஒரு வித நடுக்கமும் அச்சமும் பரவி நின்றது.

எல்லாம் ஒரு வினாடி தான். பாபுவின் முதுகில் கட்டியிருந்த சுரைகுடுக்கை அவனை நீருக்குள் போன வேகத்தில், வெளியே இழுத்துக் கொண்டு வந்தது. தண்ணீரிலிருந்து தலையைத் தூக்கி வெகு வேகமாய் மூச்சு விடவும். அருகில் நீந்தியபடி இருந்த சம்பத், ''கையை போட்டு நீந்துடா. பயப்படாத'' என்றான். ஆனாலும் பாபுவுக்கு தான் எங்கே நீருக்கு அடியில் போய்விடுவோமோ என்ற அச்சத்தில் கைகளும் கால்களும்

பரபரத்தன. பாபு முதுகில் இருந்த சுரைகுடுக்கையைப் பிடித்து இழுத்த படியே, சம்பத் கரையை நோக்கி நீந்தினான்.

கரைக்கு வந்து சேர்ந்த பாபு, படிக்கட்டில் கால் வைத்த முதல் வேலையாக, அவசர அவசரமாய் கைகளை ஊன்றி மேலே ஏறினான். ''டேய் நில்லுடா, பயப்படாத'' என்று சம்பத் அவனை தடுத்து நிறுத்துவதற்குள், பத்து படிகளுக்கும் மேலே சென்று அமர்ந்து கொண்டான்.

பாபுவின் கண்கள் வெளிறியிருந்தன. முகம் பீதியுற்று இருந்தது. கை கால்களில் மெல்லிய நடுக்கம் இருந்தது. இதயம் படபடவென்று அடித்துக் கொண்டது. மேல் மூச்சு கீழ் மூச்சு வாங்கியது. மனசெங்கும் சம்பத் மீது ஆத்திரம் வந்தது.

“அறிவு இருக்காடா உனக்கு, பேசிக் கொண்டிருக்கும் போதே தள்ளி விடுறியேடா” என்று திட்டினான். “உன்னப் பார்த்தேன், உன்னை நான் தள்ளி விடலன்னா நீ ஒரு நாளும் கிணத்துக்குள்ள இறங்குவேன்னு என்று எனக்குத் தோணல. என்னக்கூட இப்படித்தான்டா பாபு தள்ளி விட்டாங்க. நீயாவது பரவாயில்ல, முதல் நாள் நான் அழுதே விட்டேன்” என்றான் சம்பத்.

பாபுவும் கிட்டத்தட்ட அழுது விடக் கூடிய நிலையில்தான் இருந்தான். நீச்சல் கற்றுக் கொள்வது இத்தனை ஆபத்தானது, பயமானது என்பதை நினைக்கையில் பாபுவுக்கு அச்சமாக இருந்தது. படியேறி பாபு பக்கத்தில் உட்கார்ந்த சம்பத், “இனி ஒன்றும் கவலை இல்லடா, ஒரு வாரத்துக்குள் நீ ஆசைப்பட்டபடி சுகுமார் மாதிரி விரும்பியபடியெல்லாம் நீந்தி குளிக்கலாம்” என்றான்.

இப்படி அவன் சொல்லி முடித்த தருணத்திலே மேலே, கரையிலிருந்து “டேய் பாபு, சம்பத்” என்று உற்சாக குரல்கள் கேட்டன. இருவரும் ஆச்சரியப்படத்தக்க வகையில் மேலே சுகுமார், ராமதாஸ், ராஜதுரை மூவரும் நின்றிருந்தனர். “என்னடா, இன்னைக்குத்தான் ஆரம்பித்தீர்களா?” என்று கேட்படியே சுகுமார் உடைகளை கழற்றி விட்டு ஜட்டியுடன் உச்சியிலிருந்து ஒரு டைவ் அடித்தான். சுகுமாரைத் தொடர்ந்து ராஜசேகரும் மற்றவர்களும் கிணற்றுக்குள் டைவ் அடித்தனர். அவர்கள் குதித்து நீந்தும் அழகைப் பார்த்த பாபுவுக்கு பயமெல்லாம் எங்கோ போய்விட்டது. கிணற்றில் குதித்த நண்பர்கள் மெல்ல கரையை அடைந்தனர்.

"டேய் பாபு, நீ இருக்கிற இடத்திலிருந்து இங்க குதிடா" என்றனர். பத்து படி ஏறியிருந்த பாபுவுக்கு குதிக்க அச்சமாகத்தான் இருந்தது. மீண்டும் மெல்ல படியிறங்கி தண்ணீருக்கு மிக அருகில் வந்தான். நண்பர்கள் புடை சூழ மீண்டும் பாபு மெல்ல கிணற்றுக்குள் மிதந்தான். சுற்றிலும் நண்பர்கள் தரையில் நிற்பது போல் தண்ணீருக்குள் கால்களை ஆட்டியபடி நின்று கொண்டிருந்தனர்.

இந்தப் பக்க படிக்கட்டு ஓரத்திலிருந்து கிணற்றின் எதிர் பக்க படிக்கட்டுக்கு பாபுவை மெல்ல நீந்தச் சொன்னார்கள். கைகளை ஆட்டியபடி நீந்தும் பொழுது பாபு கால்களை ஆட்ட மறந்து விடுவதை குறிப்பிட்டு கைகளையும் கால்களையும் நன்றாக விரித்து நீட்டி நீந்த பழக்கினான் சுகுமார்.

பாபு சுரைகுடுக்கை முதுகு மேலே மிதக்க, குப்புற படுத்தபடி கை கால்களை தாறுமாறாக ஆட்டி நீந்த முயற்சித்தான். சுகுமார் சேரில் மல்லாந்து படுத்திருக்கும் நிலையில், தலை மட்டும் வெளியே தெரிய, தண்ணீரில் பாபுவுக்கு இணையாக அவன் முகத்தைப் பார்த்தபடி பின்பக்கமாக நீந்தியபடி வந்தான். சுகுமாரின் இந்த அனாயாச செயல்கள் மற்றும் தரையில் இருப்பதை விடவும் மிகவும் வேகமாக தண்ணீருக்குள் அவன் இயங்கும் விதம் ஆகியவற்றைக் கண்டு பாபுவுக்கு மீண்டும் ஆச்சரியமாக இருந்தது.

வழக்கம்போல் எல்லோரும் கிணற்றுக்குள் ஓடிப் பிடித்து நீந்தி விளையாடினார்கள். அவுட்டான ஒரு பையன் ஓடிப்பிடித்து ஒவ்வொருவரையும் தொட்டு அவுட்டாக்க வேண்டும். பாபு படிக்கரையில் ஒதுங்கி நிற்க, மேலே சென்ற அனைவரும் ஜூட் சொல்லி ஒவ்வொருவராக கிணற்றில் டைவ் அடித்தனர்.

இவர்களையெல்லாம் துரத்தி பிடித்து தொட்டு அவுட்டாக்க வேண்டிய நிலையில் ராமதாஸ் இருந்தான். எல்லோரும் தண்ணீரில் குதித்த பிறகு எல்லோர் தலையும் தெரிந்த பிறகு மேலிருந்து ராமதாஸ் ராஜதுரை நோக்கி அவனை அவுட்டாக்கும் விதத்தில் டைவ் அடித்தான்.

தன்னை நோக்கி வரும் ராமதாசை புரிந்து கொண்ட ராஜதுரை, அடுத்த கணத்தில் நீருக்குள் மூழ்கி அடி ஆழத்திற்கு சென்று, ராமதாஸ் கண்ணில் படாமல் அவனுக்கு பின்னால் ஒரு மூலையில்

தலையைத் தூக்கினான். தன் இலக்கு தப்பி விட்டதை உணர்ந்த ராமதாஸ் மீண்டும் நீருக்குள் மூழ்கி சுகுமாரை நோக்கி நீந்தத் தொடங்கினான்.

அடுத்த வினாடியே தண்ணீருக்குள் மூழ்கிய சுகுமார் எங்கு சென்றான் என்று யாருக்கும் தெரியவில்லை. மிக அதிக நேரம் மூச்சை அடக்கி தண்ணிருக்குள் இருக்கும் வல்லமை பெற்றிருந்தான் சுகுமார். சுகுமாரைத் தேடி திகைத்த ராமதாஸ் அவனை பிடிக்க முடியாமல் நீருக்குள் இருந்து தலையைத் தூக்கினான். சுகுமாரை எங்கும் காணவில்லை.

எல்லோரும் கண்கள் விரிய ஆச்சரியத்துடன் பார்த்துக் கொண்டிருக்க சுகுமார் கிணற்றின் ஒரு மூலையிலிருக்கும் நீர் இறைக்கும் பம்ப்செட் குழாயைப் பிடித்தபடியே மேலே வந்தான். சற்றும் தாமதிக்காத ராமதாஸ், மீண்டும் சுகுமாரை நோக்கி நீந்தத் துவங்கினான். அடுத்த வினாடியே சுகுமார் அந்த பைப்பை பிடித்தபடியே மீண்டும் கிணற்றின் ஆழத்துக்கு போக ஆரம்பித்து விட்டான். இவை அனைத்தையும் படிக்கட்டு மூலையில் நின்று பார்த்துக் கொண்டிருந்த பாபுவுக்கு உற்சாகம் கரை மீறியது. இவர்கள் தண்ணிருக்கு மேலே தலையைத் தூக்குவதையும், உள்ளே போவதையும் பார்க்க பார்க்க ஆசையாய் இருந்தது.

ஏரியிலிருக்கும் நீர்க் கோழிகள்தான் இப்படி தலையைத் தூக்குவதும் அடுத்த வினாடி உள்ளே போய்விடுவதுமாக இருக்கும். ஒரு வேளை நீர்க்கோழிகள் கூட இந்த மாதிரி விளையாட்டுத்தான் விளையாடுகின்றனவோ என்று எண்ணிக் கொண்டான் பாபு.

விளையாட்டு முடிய கிட்டத் தட்ட இரண்டு அல்லது இரண்டரை மணி நேரம் ஆகியிருந்தது. அப்பொழுதுதான் பாபுவுக்கு தன் நினைப்பே வந்தது. தான் எடுத்து வந்த துணிகள் இன்னும் துவைக்கப் படாமல் இருப்பதை எண்ணியபடியே, “டேய் இன்னைக்கு இது போதும்டா, நான் வீட்டுக்குப் போகிறேன். வீட்டில் திட்டுவார்கள்” என்றபடி அரக்கப்பரக்க கரை ஏறினான்.

சுரைகுடுக்கையை இடுப்பிலிருந்து கழற்றி வைத்து விட்டு, தான் கொண்டு வந்திருந்த துணிகளை பம்ப்செட் இறைத்து நீர் ஓடும் சிமெண்ட் வாய்க்காலில் நனைத்து வேக வேகமாக துவைக்க ஆரம்பித்தான். தாறுமாறாக அவசரத்தில் அந்த துணிகளை

அடித்து துவைத்து, அலசியதாகப் பேர் பண்ணிக் கொண்டு துணி அணிந்து கொண்டு வீட்டுக்குப் புறப்பட்டான். சம்பத் தானும் வருவதாக கிளம்பினான். வீட்டுக்கு வரும்பொழுது மணி ஒன்பது ஆகிவிட்டதற்கு அடையாளமாக சங்கு ஊதும் சத்தம் கேட்டது.

சத்தமின்றி வீட்டுக்குள் நுழைந்து துணிகளைக் காயப் போட்டான். அத்தை வந்து ‘எங்கடாப்போன இவ்வளவு நேரம், எத்தினி மணி நேரம் துணி துவைச்ச?’ என்றார்கள். “இல்ல அத்தை, பக்கத்தில் உள்ள பம்ப்செட் எதிலேயும் இன்னைக்கு தண்ணீ இறைக்கல, அதனால வெகுதூரம் சென்று பம்ப்செட் ஓடும் கிணத்திலதான் துவைக்க முடிஞ்சுது. அதனால்தான் லேட்” என்று ஒரு பொய்யை அடித்து விட்டான்.

“என்னப் புள்ளயோ நீ, போனா போன இடம், வந்தா வந்த இடம்” என்று சலித்தபடி அத்தை அவனை கடைக்குப் போக சொன்னார்கள். இன்று எப்படியோ கண்டத்திலிருந்து தப்பியதைக் கண்டு மகிழ்ச்சியோடு பாபு கடைக்கு சென்றான்.

அத்தியாயம் – 11

கோடை விடுமுறை உல்லாசமாகப் போய்க் கொண்டிருந்தது. பள்ளிக்கூடம், புத்தகக் கட்டு, வீட்டுப்பாடம் என்று எந்த மனச்சுமையும் இல்லாத வாழ்க்கை மனசுக்கு மகிழ்ச்சியாக இருந்தது. யார்தான் இந்த பள்ளிக்கூடத்தை கண்டு பிடித்தார்களோ என்று பாபு அப்பப்ப நினைத்துக் கொள்வான்.

ஊரிலிருந்து வந்து அழைத்துக்கொண்டு போக வேண்டிய அம்மாவும் இந்த வருடம் வருவது போல் தெரியவில்லை. ஊரில் பாபுவின் அண்ணனுக்கு இந்த கோடையில் அம்மை கண்டிருப்பதாகவும் அதனால் வரமுடியவில்லை என்றும் அம்மாவிடமிருந்து தபால் மூலம் தகவல் வந்தது.

ஊரிலிருந்து வந்து அம்மா அழைத்து போக மாட்டார்கள் என்ற எண்ணம் பாபுவின் மனதில் சட்டென்று ஒரு வருத்தத்தை உண்டாக்கியது. எல்லாம் ஒரு கணம்தான். மீண்டும் தன்னுடைய நீச்சல் கனவு நனவாகிக் கொண்டிருப்பதையும், அந்த மகிழ்ச்சியையும் மனது உள்வாங்கிக் கொண்டபோது ஊருக்குப் போக முடியாத வருத்தம் பெரிதாகத் தெரியவில்லை.

லீவில் படிப்பதற்காக அன்பு எக்கச்சக்கமான புத்தகங்களை கொடுத்தான். இந்திரஜால் காமிக்ஸ், வேதாளன் கதை தொடர்களையும், முத்து காமிக்ஸின் இரும்புக்கை மாயாவி கதைகளையும் கட்டு கட்டாக அன்பு பாபுவுக்கு கொடுத்தான். வீட்டுக்கு கிணற்று நீர் இறைப்பது, கடைக்குப் போவது என்று வீட்டு வேலைகளை செய்து முடித்ததும், மற்ற தருணங்களிளெல்லாம் பாபு புத்தகமும் கையுமாக இருந்தான். இந்த கதைகளைப் படிப்பதும் கதை தரும் நினைவுகளை மனசுக்குள் அசை போட்டு மகிழ்வதும் பாபுவுக்கு மிகவும் பிடித்திருந்தது. கதைகளைப் படிக்கம் போதே, நினைவு தப்பி கதைகளிலிருந்து விடுபட்டு மனசு எங்கெங்கோ சஞ்சரிக்கத் தொடங்கிவிடும்.

இப்படி படிப்பதும் படிக்கும்போதே நினைவு தப்பி எதையாவது யோசிப்பதுமான ஒரு விதமான மெய்மறந்த நிலை பாபுவுக்கு பிடித்திருந்தது. இப்போதெல்லாம் கிணற்றில் குளிக்கப் போவதற்கு பாபு புதிய வழி ஒன்றை கண்டு பிடித்திருந்தான். அவ்வப்பொழுது வீட்டில் இருக்கக் கூடிய போர்வை, தலையணை

உறை ஒன்றிரண்டு எடுத்துக் கொண்டு நீர் இறைக்கும் பம்ப்செட் உள்ள கிணறுகளுக்குச் சென்று துவைக்கப் போவதாக வீட்டில் சொல்லிவிட்டு விடியற்காலையில் கிளம்பி விடுகிறான்.

தண்ணீர்ப்பஞ்சம் உள்ள ஊரில் இப்படி போர்வை, தலையனை உறைகளைத் துவைப்பது என்பது பெரும் பாடாகும். பாபு இப்படி செய்வதைக் கண்ட அத்தைக்கு மிகவும் மகிழ்ச்சியாக இருந்தது. சந்தர்ப்பம் கிடைக்கும் போதெல்லாம் அத்தை பாபுவை புகழ்ந்து தள்ளினார்கள்.

''பாபு வயதில் சிறியவனாக இருந்தாலும் எவ்வளவு பொறுப்புள்ள பிள்ளை தெரியுமா? போர்வை தலையணை உறைகளை பம்ப்செட்டில் துவைத்து வருகிறான்'' என்று பலரிடம் சொல்லி பெருமைப் பட்டார்கள். போர்வை துவைக்கும் சாக்கில் பாபுவின் நீச்சல் ஆசை நிறைவேறிக் கொண்டிருந்தது.

கிணற்றில் கொஞ்ச நேரத்தில் போர்வை மற்றும் துணிகளை நன்கு அடித்து துவைத்துவிட்டு வெகுநேரம் ஆசைதீர விளையாடிவிட்டு சாவகாசமாக வீட்டுக்கு வர முடிந்தது. ஒன்றிரண்டு நாட்களில் அளவுக்கு மீறி தாமதமாக வருவதற்குகூட துணிச்சல் இருந்தது. அதற்கெல்லாம் அவ்வப்பொழுது சின்ன சின்னப் பொய்கள் சொல்லவும் பழகியிருந்தான். எங்கேயும் கரண்டு இல்லை. ஆகையால் எந்த மோட்டாரும் வேலை செய்யவில்லை, வெகுதூரம் சென்று துவைத்தேன் என்றும் அதனால் வீட்டுக்கு வர லேட்டாகிவிட்டது என்றும் நிலைமையை சமாளிக்கக் கற்றுக் கொண்டிருந்தான்.

எவ்வளவுதான் மனசில் தைரியம் இருந்தாலும் இடுப்பில் கட்டியிருக்கும் சுரைகுடுக்கையை கழட்டிவிட்டு கிணற்றில் குதிக்க பயமாக இருந்தது. "நானெல்லாம் நீச்சல் கற்றுக் கொண்ட போது நாலு நாளில் சுரைகுடுக்கை இல்லாமல் நீந்தக் கற்றுக் கொண்டேன். ஏன்டா பாபு, பத்து பதினைந்து நாளாகியும் உனக்கு சுரைகுடுக்கையை கழட்ட மனம் இல்லையா?" என்றான் சம்பத். இன்றைக்கு, நாளைக்கு என்றபடி நாட்களை நகர்த்தினான் பாபு.

ஒரு நாள் நண்பர்கள் எல்லோரும் சேர்ந்து, "பாபு இன்று சுரைகுடுக்கை இல்லாமல்தான் கிணற்றில் குதிக்க வேண்டும்" என்று அன்புக் கட்டளை இட்டனர். பாபுவும் ஒரு வழியாக மனதை திடப்படுத்திக் கொண்டான். அகன்ற கிணற்றின் நீர்ப்பரப்பில் சுகுமார், ராஜதுரை, ராமதாஸ், ராஜேந்திரன் என்று

நண்பர்கள் பட்டாளம் தண்ணீருக்குள் வட்டமாக தலையை தூக்கியபடி இருக்க கரையிலிருந்து அவர்களுக்கு நடுவில் பாபு ‘தொப்’ என்று குதித்தான்.

எந்தவித முயற்சியுமில்லாமல் பாபு ஆழத்திலிருந்து மேலே வந்தான். நண்பர்களின் சிரிப்புக்கும் கும்மாளத்திற்கும் நடுவே பாபு மெல்ல கரையேறினான். தனக்கு மற்றவர்களைப்போல் சுரைகுடுக்கை உதவி இல்லாமல் நீந்த வரும் என்ற எண்ணமே பாபுவை பெருமிதம் கொள்ள செய்தது.

மீண்டும் மீண்டும் மேலே இருந்து நீரில் குதித்தான். மீண்டும் மீண்டும் கிணற்றின் ஒருபுற படிக்கட்டிலிருந்து மறுபுற படிக்கட்டு வரை நீந்தி போனான். மற்றவர்களோடு கிணற்றின் ஆழத்திற்குப் போய் மண் எடுத்து வரும் போட்டியில் கலந்து கொண்டான். நண்பர்களுடன் சேர்ந்து பேசுவதும், சிரிப்பதும் அரட்டை அடிப்பதும் நீந்துவதும் மனமெல்லாம் மகிழ்ச்சி வெள்ளத்தில் திளைத்தது.

சிரிப்பின் ஊடே நண்பர்கள் எல்லாம் ஒரு அருமையான திட்டம் தீட்டினர். வழக்கமாய் ஏரிக்கரை ஓரமாய் உள்ள கிணறுகளில் எல்லாம் மாறி மாறி குளித்து சலிப்படைந்தனர். இந்த வட்டாரத்திலேயே மிகப்பெரிய கேணியாகக் கருதப்படும் வாலீஸ்வரம் கேணியில் போய் குளிப்பது என்றும் முடிவெடுத்தனர். அதில் ஒரு சிக்கல் இருந்தது. அந்த கேணி ஊரை விட்டு வெகு தொலைவில், பக்கத்து ஊரான வாலீஸ்வரத்தில் இருந்தது. அங்கு போய் வரவே வெகு நேரமாகும் என்பதால் குளிக்கும் நேரம் குறைந்து விடும் என்று பாபு வாதிட்டான்.

அதற்கு மாற்று யோசனையாக தினமும் காலையில் ஏழு மணிக்கு பதிலாக ஆறு மணிக்கு முன்பாக கிளம்பி, வெளிச்சம் வரும் போது வாலீஸ்வரம் சென்று, ஆசை தீர குளித்து விட்டு ஒன்பது மணி சங்கு ஊதுவதற்கு முன்பாக வந்து விடலாம் என்று ராமதாஸ் சொன்னான். வாலீஸ்வரம் கேணிக்கு பாபு சென்றதில்லை. பெரிய நீச்சல் குளம் போன்ற அதன் அகலமான நீர்ப்பரப்பு பற்றியும், பளபளவென்று பாசானமின்றி ஜொலிக்கும் நீரின் தன்மை பற்றியும் நண்பர்கள் சொல்ல சொல்ல பாபுவுக்கு ஆசையாக இருந்தது.

திட்டமிட்டபடி ஒரு நாள் ஆறு மணிக்குமுன் எழுந்து ஒன்றுக்கு இரண்டாக போர்வை, தலையனை உறைகளை எடுத்துக் கொண்டு

தன்னுடைய சட்டையையும் எடுத்துக் கொண்டு, அத்தையிடம் சொல்லி சோப்பு வாங்கிக் கொண்டு, நல்ல பிள்ளையாக பாபு கிளம்பினான். சோப்பு கட்டியை எடுத்துக் கொடுத்த அத்தை "ஏண்டா பாபு, மாமாவும் இல்லை. கல்யாணத்திற்கு போகிறார். வீட்டில் வேலை இருக்கு, நேரத்தில் வா" என்று சொல்லி அனுப்பினார்கள். பாபு வாலீஸ்வரம் கேணி பற்றிய எண்ணத்துடன் வீட்டை விட்டு வெளியேறினான்.

கோடை காலம் என்பது ஊரில் உள்ள பள்ளிக்கூடத்து மாணவர்களுக்கும், சிறார்களுக்கும், மகிழ்ச்சி பொங்கும் திருவிழா காலம் போலத்தான். அதிலும் குறிப்பாக ஊரில் உள்ளப் பையன்கள் அணிதிரண்டு போய் ஏரியில் குதிப்பதும், நீச்சல் அடிப்பதும் காலம் காலமாக நடந்து வருவதுதான். நீர்மட்டம் குறையாமல் எந்தெந்த கிணறுகளில் நீர் மட்டம் மேலே இருக்கிறதோ, அங்கு கூட்டம் அலை மோதும்.

மிகச்சிறிய பொடியன்களும், 1வது, 2வது படிப்பவர்கள் கூட நீச்சல் கற்றுக் கொள்வதும், நீச்சல் கற்றுக் கொண்ட பிறகு ஒரு தவளை போல நீரில் நீந்தி மகிழ்வதும் வழக்கமான சங்கதிதான். சில நேரங்களில் மஞ்சள் கேணி, பொட்டல் கேணி போன்றவற்றில் மோட்டார் ஓடி தண்ணீர் இறைத்துக் கொண்டிருக்கும்போதே, முப்பது நாற்பது சிறுவர்கள் கிணற்றில் நீச்சலடித்து விளையாடுவது சகஜமான விசயம்தான்.

பாபுவும் நண்பர்களும் திட்டமிட்டபடி கிளம்பி வாலீஸ்வரம் நோக்கி எல்லோரும் நடந்து கொண்டிருந்தனர். எல்லோர் கைகளிலும் ஒரு துண்டு தவிர வேறேதுமில்லை. ஆனால் பாபு கையில் ஒரு சிறிய மூட்டையுடன் வந்து கொண்டிருந்தான். பாபு அவன் மாமா வீட்டில் தங்கி படிப்பதும், மற்றவர்களைவிட அவனுக்கு சுதந்திரம் குறைவாகவே இருந்தது என்பதையும் நண்பர்கள் அறிந்திருந்தனர்.

வாலீஸ்வரம் நோக்கிய நடை பயணம் நீண்டதாக இருந்தது. பாபு நினைத்ததற்கு மேலாக தூரம் அதிகமாகத்தான் இருந்தது. "ஏண்டா இன்னும் எவ்வளவு தூரம்தான் கூட்டிக்கிட்டு போவீர்கள்?" என்று கேட்டான் பாபு. "பேசாமல் வாடா, அந்த கிணற்றின் அழகை வந்து பார் தெரியும், இன்னும் ஐந்து மைல் அதிகம் இருந்தால் கூட பரவாயில்லை என்று சொல்லுவாய்" என்று நண்பர்கள் ஆசையை ஊட்டினர்.

ஒருவழியாக வாலீஸ்வரம் கேணியை அடைந்தபோது பாபுவுக்கு தன் நண்பர்களின் கூற்று உண்மை என்று புரிந்தது. மிகப் பெரிய அந்த கிணற்றை சுற்றி அழகிய தென்னை மரங்கள் அணி செய்தன. தான் இதுவரை பார்த்திராத அளவில் மிகப் பெரிய விட்டம் உள்ள பம்ப்செட் குழாய் போடப்பட்டிருந்தது.

இவர்கள் போன நேரத்தில் பம்ப்செட் அறை திறந்திருந்தது. மிகப்பெரிய குழாய் வழியாகத் தண்ணீர் வெள்ளமாக கொட்டிக் கொண்டிருந்தது. கிணற்றை எட்டிப்பார்த்த பாபு ஒரு கணம் திகைத்து விட்டான். வெள்ளை வெளேரென்ற கண்ணாடி போன்ற நீர்ப்பரப்பு உற்று பார்த்தால் உள்ளே மீன்கள் நீந்துவது தெரிந்தது.

யாரோ நீச்சல் குளம் கட்டத் திட்டமிட்டது போல ஒரு அழகு. எல்லா கேணிகளிலும் படிக்கட்டுகள் என்பது அங்குள்ள மண் திட்டுகளையே படிக்கட்டுகளாக செதுக்கி வைத்து இருப்பார்கள். ஆனால் இந்த கேணியில் வீட்டில் மாடிப்படி கட்டுவது போல அழகாக கட்டி இருந்தார்கள். கிணற்றை சுற்றிய பெரிய பரப்பும், திட்டு பகுதியும் சிமெண்ட் பூசி சுத்தமாகவும், பார்க்க அழகாகவும் இருந்தது. பாபு இந்த அழகைப்பார்த்து ரசித்துக் கொண்டிருக்கும் போதே எல்லோரும் உடைகளை களைந்து நீருக்குள் டைவ் அடித்தனர்.

அவசரம் அவசரமாக பாபு உடை களைந்து தான் கொண்டு வந்திருந்த துணிகளை பம்புசெட்டிலிருந்து வழிந்தோடும் தண்ணீரில் நனைத்து முக்கி எடுத்து வைத்து விட்டு கிணற்றுக்குள் குதித்தான். சுகுமாரும் சம்பத்தும் ஏகப்பட்டத் திட்டம் வைத்திருந்தனர்.

ஒன்று ஓடிப்பிடித்து நீரில் துரத்தி விளையாடுவது, இரண்டு யார் நீரில் மூழ்கி ஆழத்திற்கு சென்று முதலில் மண் எடுத்து வருவது, மூன்று நீருக்குள் யார் வெகுநேரம் தம் கட்டுவது என்று விதவிதமான யோசனைகளோடும் ஆசைகளோடும் வந்து இருந்தனர். “நான் ஒரு சவால் போடுகிறேன். நீங்கள் ஏழு பேரும் என்னை துரத்தி பிடிக்க வேண்டும். முடிந்தால் பிடியுங்கள்” என்றான் சுகுமார். ஒருவர் துரத்தினால் தப்ப முடியும், ஏழுபேர் துரத்தினால் எப்படி முடியும் என்று பாபுவுக்கு வியப்பாக இருந்தது.

ஆனாலும் வெகு நேரம் நீருக்குள் மூச்சு கட்ட தெரிந்த சுகுமார், சவால் விடுவதில் தவறில்லை என்று தோன்றியது. யேயே

கரையில் ஏறுவதும், குதிப்பதும், டைவ் அடிப்பதுமாக நேரம் போய்க் கொண்டிருந்தது. நீரில் ஆழத்திற்கு சென்று தரையைத் தொட்டு மண் எடுத்து வரும் போட்டி நடந்தது. ராமதாஸ் ஒரு முறை இருமுறை என்று போட்டி வைத்தான்.

பாபுவும் மண் எடுக்கும் போட்டியில் கலந்து கொண்டான். ஒரு அளவுக்குமேல் மூச்சு கட்டி நீருக்குள் போக பாபுவுக்கு பயமாக இருந்தது. ஒவ்வொரு முறையும் பாதியிலேயே திரும்பிவிட்டான். கிணறு வேறு மிக ஆழமாக இருந்ததால் தன்னால் தரையைத் தொட்டு மண் கொண்டு வரமுடியும் என்ற நம்பிக்கை பாபுவுக்கு இல்லை.

இத்தனை நாள் விளையாட்டில் பாபு, ராமதாசுக்கு வெகுநேரம் மூச்சு பிடிக்க தெரியாது என்று அறிந்திருந்தான். ஆனால் ஒவ்வொரு முறையும் அவன் கையில் சிறிது கல், மண்ணுடன்தான் வந்தான் என்று பார்க்கும்போது பாபுவுக்கு வியப்பாக இருந்தது.

“நீயும் என்னைப் போலத்தான் தம் பிடிக்க முடியாமல் இருக்கிறாய்,. ஆனால் ஒவ்வொரு முறையும் நீ எப்படி மண் எடுத்து வருகிறாய்” என்று பாபு வியப்புடன் ராமதாசைக் கேட்டான். அதற்கு ராமதாஸ் “இங்கப் பார், இந்த கேள்வியெல்லாம் கேக்காதே, கையில் மண்ணுடன் வருகிறேனா இல்லையா?” என்று பதிலுக்கு கேட்டான்.

பாபுவுக்கு சந்தேகமாக இருந்தது. ஒருமுறை 1, 2, 3 சொல்லிவிட்டு அனைவரும் நீருக்குள் மூழ்கினர். இந்த கேணியின் நீர் சுத்தமாகவும், தெளிவாகவும் இருந்தது. பாபுவுக்கு வசதியாகப் போனது. அவன் கண்களை திறந்து பார்த்தபடியே ராமதாசைப் பின் தொடர்ந்தான். சட்டென்று ராமதாஸ் கிணற்றின் நடுப்பகுதியை விட்டு விலகி, ஓரத்துக்குப் போவது தெரிந்து அவனைப் பின் தொடர்ந்தான். பார்த்தால் சற்று தூரம் சென்று கிணற்று சுவரை நோண்டி ராமதாஸ் மண் எடுப்பது தெரிந்தது.

பாபுவுக்கு சிரிப்பை அடக்க முடியவில்லை. நீருக்குள் சிரிக்க முடியாது என்பதாலும் மூச்சு கட்ட முடியாமலும் நீரின் மேற்பரப்பிற்கு பாபு வந்து விட்டான். எல்லோரும் நீருக்கு மேலே வந்து கைகளைத் தூக்கி கைகளில் மண் இருப்பதைக் காட்டினர். ராமதாசும் கைகளில் மண்ணுடன் கைகளைத் தூக்கிக் காட்டினான்.

தான் கண்டு பிடித்த ரகசியத்தை ஆசையுடனும் உற்சாகத்துடனும், “டேய் பாருங்கடா, ராமதாஸ் தரைக்குப் போய் மண் எடுக்கவில்லை.

அவன் சுவரை நோண்டி மண் எடுத்தான்" என்று பாபு கத்தி கூறினான். கோபமுற்ற ராமதாஸ், சட்டென்று கரைக்கு நிந்தி வந்து, யாரிடமும் சொல்லிக் கொள்ளாமல், தன் உடைகளை அணிந்து கொண்டு நடந்தான். அதிர்ச்சியுற்ற மற்ற நண்பர்கள் அவசரம் அவசரமாக ஓடி வந்து ராமதாசை சமாதானம் செய்து மீண்டும் அழைத்து வந்தனர். நேரம் போவது தெரியாமல் நண்பர்கள் உற்சாகத்தில் குதித்து ஆடிக் கொண்டிருந்தனர்.

அத்தியாயம் – 12

இதே நேரத்தில் ஊருக்குள் ஒருபுறம் பிரச்சினை ஒன்று பூதாகாரமாக கிளம்பியிருந்தது. கிணற்றுக்குப் போன பையன்களில் ஒருவன் அடிபட்டு நீரில் மூழ்கி செத்துப் போய் விட்டதாக ஊரில் பரபரப்பாக பேச்சு கிளம்பியது.

துறையூரைப் பொறுத்தவரை இது ஒரு வழக்கமான சங்கதிதான். ஒவ்வொரு ஆண்டும் கோடை விடுமுறையில் தாறுமாறாக கிணற்றில் குதிக்கும் பையன்கள் மண்டை உடைவதும் நீர்ப்பரப்பில் ஒருவன் குளித்துக் கொண்டிருக்கும்போது மற்றொருவன் அவன் மேலே டைவ் அடித்து, இரண்டு மண்டை உடைவதும், வருடா வருடம் நடந்து கொண்டுதான் இருந்தது.

எனவே இந்த வருடம் இந்த மாதிரி செய்தி பரவியதில் வியப்பு ஒன்றும் இல்லைதான். இப்படியெல்லாம் இருந்தும் அந்த ஊர்ப் பையன்கள் கிணற்றில் நீந்திக் குளிப்பதை தவிர்ப்பது இல்லை. கோடை விடுமுறையில் கிணற்றில் நீந்திக் குளிப்பதும், மகிழ்வதும் ஒரு சிறந்த பொழுது போக்காகக் கருதப்பட்டது. பெரியவர்களும் பெரிதாக இதைத் தடுப்பதும் இல்லை.

அங்கச்சுற்றி, இங்கச்சுற்றி, இந்த செய்தி பாபுவின் வீட்டையும் அடைந்தது. அத்தைக்கு நெஞ்சுக்குள் திக்கென்றது. பாபு காலங்காத்தாலேயே கிளம்பிப் போனானே, இன்னும் வரவில்லையே என்ற சலனம் மனதில் தோன்றினாலும், அதை பெரிதாக எடுத்துக் கொள்ளாமல் தெருக் கோடியில் உள்ள நல்ல தண்ணி பைப்புக்கு குடத்துடன் போனார்கள். பைப்படியிலும் இதே பேச்சாக இருந்தது. யாரோ ஒரு பையன் டைவ் அடிக்கும் போது நீர்ப் பரப்பிற்கு பதிலாக தவறி பக்கத்திலுள்ள திட்டின் மீது மோதியதாகவும், மயக்கமானதாகவும், அப்படியே நீருக்குள் போய் விட்டதாகவும் பைப்படியில் பேசிக் கொண்டார்கள்.

வழக்கமாக, இந்த மாதிரி சம்பவங்கள் நடக்கும் போது, கிணற்றுக்குள் உடலை தேடுவதற்காக, பெரிய பெரிய நீர் இறைக்கும் கயிறுகளில் பாதாளக் கரண்டியை கட்டி கிணற்றுக்குள்

உள்ளே போட்டு ஒரு மூலையிலிருந்து மறு மூலைக்கு அதை தூவியபடி இழுப்பார்கள்.

கிணற்றில் வாளி விழுந்து விட்டால் இப்படி பாதாளக் கரண்டி போட்டுதான் இழுப்பது வழக்கம். பாதாள கரண்டியில் கப்பல் நங்கூரம் போல் கொக்கிகள் இருக்கும். கயிறு கட்டி கிணற்றில் வீசி ஒரு மூலையிலிருந்து மறு மூலைக்கு சுழன்று சுழன்று இழுக்கும் போது அந்த பாதாள கரண்டியிலுள்ள கொக்கிகளில் கிணற்றிலுள்ள குப்பைகள் எல்லாம் சிக்கிக் கொள்ளும். கூடவே வாளியின் கைப்பிடியும் மாட்டிக் கொண்டுவிடும்.

அத்தகைய வாளி எடுக்கும் பாதாள கரண்டியை எடுத்தபடி மூன்று, நான்கு பேர் பெரிய வடம் போன்ற கயிற்றை சுமந்தபடி ஏரிக்கரையை நோக்கி போய்க் கொண்டிருந்ததைப் பார்த்த அத்தைக்கு வயிற்றில் நடுக்கமாய் இருந்தது. அவசரம் அவசரமாய் நீர் பிடித்து விட்டு வீட்டுக்கு வந்த போது மாமாவும் வந்து இருந்தார். கல்யாணத்துக்குப் போனவர் வீட்டுக்குத் திரும்பியிருந்தார். “பாபு எங்கே?” என்று கேட்டார். “துணியெல்லாம் துவைத்து விட்டு குளிச்சிட்டு வரேன்னு போனான். இன்னும் காணல” என்றார் அத்தை. “நான் கல்யாணத்துக்குப் போகுமுன் போனான் இன்னும் வரவில்லையா?” என்று கேட்டார். “ஆமா, அதான் எனக்கும் கவலையா இருக்கு” என்றார் அத்தை.

அத்தையின் முகம் கலவரப்பட்டு இருந்ததை மாமா கவனித்தார். “ஏன் இதையெல்லாம் கேட்கிறீர்கள்?” என்று அத்தை மாமாவிடம் கேட்டார்கள். “இல்லை, இந்த வருஷமும் கிணற்றில் யாரோ ஒரு பையன் செத்துப் போனதாக பேசுகிறார்கள். இந்த பயலும் வரவில்லையே” என்று கவலை தோய்ந்த குரலில் மாமா சொன்னார்.

நேரம் ஆகிக் கொண்டிருந்தது. மாமாவும் அத்தையும் சொல்லவும் முடியாமல், விழுங்கவும் முடியாமல் ஒருவித மன நிலையில் இருந்தார்கள். வீட்டில் ஒரு வேலையும் நடக்கவில்லை என்ன செய்வதென்று புரியாமல் அத்தை வீட்டை விட்டு இன்னொரு குடத்தை எடுத்துக் கொண்டு பைப்படிக்கு சென்றார்கள். பைப்படியில் ஏதாவது செய்தி கிடைக்கும் என்பதுகூட அதற்கு காரணமாயிருக்கலாம்.

மாமாவும்கூட என்ன செய்வதென்று தெரியாமல் கடைவீதி நோக்கி சென்றார். தெருக்களிலும், கடை வீதிகளிலும் ஒரு சின்ன

பதற்றம் நிலவியது. இந்த பிள்ளைகளுக்கு எவ்வளவுதான் சொன்னாலும் புரிவதேயில்லை. இது வருஷா வருஷம் நடக்கிற கூத்துதானே, பெத்தவங்கதான் பிள்ளைங்களை கவனமாகப் பாத்துக்கணும் என்று ஆளாளுக்குப் பேசிக் கொண்டிருந்தனர். இப்பப் பாரு செத்தவன் யார் என்றுகூடத் தெரியாமல் அல்லோலப் பட வேண்டியிருக்கு என்றார்கள். கிணற்றில் என்ன நடந்தது என்று ஆளுக்கொரு யூகமாய் கதை சொன்னார்கள்.

மேலேயிருந்து குதித்த பையன் தண்ணீரில் டைவ் அடிப்பதற்கு பதிலாக தவறி கிணற்றின் திட்டில் மோதி மண்டை உடைந்து மயக்கம் அடைந்து நீரில் மூழ்கி விட்டதாகச் சொன்னார்கள்.

இன்னொருவர் அது எப்படி திட்டில் விழுந்து இருந்தால் கை, கால் தானே உடைந்திருக்கும். எப்படி மண்டை உடையும் என்றார். இன்னொருவர் “என்னய்யா கூறு கெட்டத்தனமா பேசுற, குதித்தால்தான் கை கால் அடிபடும். தலைகீழா டைவ் அடித்தால் மண்டைதான் உடையும்” என்றார். “ஆமாம், ஆமாம்! நீ சொன்னதுதான் நடக்கும்” என்றார் இன்னொருவர்.

இதற்கு மேல் அங்கிருக்கப் பிடிக்காமல் அவசர அவசரமாய் வீடு திரும்பினார் பாபுவின் மாமா. அத்தையும் வீட்டில் இருந்தார்கள். “அடுத்த வீட்டுப் பிள்ளையை வளர்ப்பதில் இதுதான் சிக்கலே, நான் எப்படி என் தங்கச்சிக்கு பதில் சொல்வேன்” என்று மாமா புலம்பினார். உடனே அத்தை மாமாவுக்கு ஆறுதல் கூறினார். ‘‘ஏன் இப்படி நினைக்கிறீர்கள், குளிக்கப் போனவன் பசங்களோடு சுற்றி விட்டு வருவான், பயப்படாதீங்க’’ என்றார், உள்ளுக்குள் தனக்கு இருக்கும் பயத்தை மறைத்தபடியே.

ஆனாலும் இருவர் மனமும் அமைதி அடையவில்லை. ஏதாவது ஆகியிருந்தால் என்ன செய்வது, எப்படி இந்த பழியைப் போக்குவது என்று இருவர் மனமும் கலங்கிப் போனது. “இந்த வம்பே வேணாம், போன வருடம் காலை உடைத்து கொண்ட போதே அவனை ஊருக்கு அனுப்பி விடலாம் என்று யோசித்தேன். ஆனால் எப்படியோ முடியாமல் போய் விட்டது. இனிமேலும் இவனை இங்கு வைத்துக் கொள்வது நல்லதில்லை. நல்லதோ, கெட்டதோ, அவன் ஆயி அப்பன் கிட்டே வளர்றதுதான் நல்லது” என்றார் மாமா.

அத்தையும், நானும் அதைத்தான் நினைத்தேன், என்றார். அவனுக்கு கூட்டாளிகள் அதிகம் ஆகி விட்டார்கள். இதுதான்

கெட்டுப் போற வயசு கூட. அவன் கூட்டாளிகள் எல்லாம் சரியில்லை. அன்னைக்கு கோயில் சிலையை நகத்தி விவகாரம் ஆனப்பவே இவனை தலை முழுகாமப் போனது தப்பாப் போச்சு என்றார். அவர் குரலில் ஆத்திரமும் கோபமும் தெரிந்தது. சரி, கடவுள் புண்ணியத்தில் இன்னிக்கு மட்டும் ஒன்னும் ஆகாமல் வந்தான்னா, முதல் வேலையா அவனை ஊருக்கு அனுப்பி விட வேண்டியதுதான் என்றார்.

பள்ளிக்கூடம் லீவாக இருந்தாலும் நான் இன்றைக்கு T.C. ஐ வாங்கி விடுகிறேன் என்றபடி ஏதேதோ சிந்தனையில் ஆழ்ந்தார். அத்தையின் முகம் முற்றிலுமாக வெளிறிப் போனது. பாபுவுக்கு ஏதாவது ஆனால், தன் சுற்றமும் ஊரும் என்ன சொல்லும் என்ற கவலை வாட்டியது.

ஏற்கனவே வீட்டு வேலைக்கு சம்பளம் இல்லாத வேலை ஆளாக பாபுவை வளர்த்து வருவதாக அரசல் புரசலாக உறவினரிடையே பேச்சு உண்டு. மிக அதிக வீட்டு வேலைகள் கொடுத்து அவனை துன்பப் படுத்துவதாகவும் கூட ஒரு கல்யாண வீட்டில் அத்தை காது படவே சுற்றத்தார் பேசுவதை கேட்டு இருந்தார்கள்.

ஆனாலும் மாமாவின் எண்ணத்திற்கும், விருப்பத்திற்கும் மாறாக கருத்து சொல்லியே பழக்கப்படாத அத்தை, இந்த விஷயங்களை அவர் காதில் போடவில்லை. இதற்கு மேலும் அவனை இங்கு வைத்திருக்க கூடாது என்று அத்தையின் மனமும் தீர்மானம் செய்து கொண்டது.

ஆனாலும் கேணிக்குப் போன பையன் பத்திரமாக வந்தால்தானே மீதி எல்லாம் என்றும் உள் மனம் பீதியை கிளப்பியது. ஐயோ அவன் பத்திரமாய் வர வேண்டுமே என்ற எண்ணத்தில் அத்தை சோளப்பொரி மாரியம்மனுக்கு பொங்கல் படைப்பதாக மனசுக்குள் வேண்டிக் கொண்டார். ஒரு மஞ்சள் துணி எடுத்து ஒரு ரூபாய் நாணயத்தை முடிந்து அம்மனுக்கு காணிக்கையாக எடுத்து வைத்தார்.

இத்தனை செய்தும் மன சஞ்சலம் ஓயவே இல்லை. மீண்டும் ஒரு குடத்தை எடுத்தபடி பைப்படிக்கு சென்றார்கள். மாமா ஏதோ நினைத்தது போல் சைக்கிள் எடுத்துக் கொண்டு வெளியில் சென்றார்.

இதே நேரத்தில் பாபுவும் நண்பர்களும் இதற்குமேல் விளையாட முடியாது என்ற அளவுக்கு களைத்துப் போய் வீட்டுக்கு கிளம்பலாம் என்று தயார் ஆனார்கள். பாபு துவைத்து இருந்த தன் துணிகளை எடுத்து தோளில் போட்டுக் கொண்டான். ஆனாலும் இன்னுமா மணி ஒன்பது ஆகியிருக்காது என்றும் தன்னைத்தானே கேட்டுக் கொண்டான்.

வீட்டை விட்டு வந்து வெகு நேரமாகி விட்டது என்று பாபுவுக்குப் புரிந்தாலும் கூட அது எவ்வளவு நேரம் ஆகியிருக்கும் என்ற கணக்கு மனசுக்குள் பிடிபடவில்லை. பசியும் உள் மனசு பயமும் அவனை மெல்ல பரபரக்க வைத்தது. டேய் போதும் வாங்கடா என்று நண்பர்களை அவசரப்படுத்தினான்.

கிளம்பிய போதுதான் மனசுக்குள் மீண்டும் ஒரு அச்சம் வந்தது. தான் வழக்கமாக ஏரிக்கரை அருகிலிருக்கும் கிணற்றில் குளிக்கவில்லை. ஊரை விட்டு வெகு தூரத்திலிருக்கும் வாலீஸ்வரம் கேணிக்கு வந்து இருக்கிறோம் என்பது நினைவுக்கு வந்தது. அதை நினைத்த போது அவனுக்கு மீண்டும் அச்சமாக இருந்தது. இன்னும் ஊர் போய் சேர ஒரு மணி நேரத்துக்கு மேல் ஆகுமே என்பது அவன் நினைவில் உறைத்தது. எல்லாம் ஒரு கணம் தான். நண்பர்களின் பேச்சும், சிரிப்பும் அவனை ஈர்க்க அதில் மூழ்கிப் போனான். பேசியபடியும் சிரித்தபடியும் ஊரை நோக்கி நடந்தார்கள்.

குளித்து ஆடிய களைப்பில் நடப்பதற்கு சிரமமாய் இருந்தது. “டேய் நான் உங்களை குறுக்கு பாதையில் அழைத்துப் போகிறேன்” என்று ராமதாஸ் கூறினான். திசை மாற்றி ஒரு சோளக் கொல்லை வழியாக கூட்டி வந்தான். பல மணி நேரம் கிணற்றில் ஆட்டம் போட்டதில் பசி வயிற்றை கிள்ளியது. ஆளாளுக்கு சோளக் கொல்லையிலிருந்து முற்றி வெளிவராத கதிர்களை உருவினார்கள். கதிரின் அடிப்பகுதியில் கரும்பு போல் இனிப்பாகவும், வெள்ளையாகவும் இருக்கும் தண்டுப் பகுதியை சுவைத்து சாப்பிட்டபடி வந்து கொண்டிருந்தார்கள்.

பசியின் வேட்கை மிஞ்ச, இவர்கள் கதிர்களை உருவும் வேகமும் அதிகமாக இருந்தது. தின்பதற்கு சுவையாக இருக்கும் என்ற காரணத்தால், முற்றாத, கதிர் வெளிவராத, ஆனால் கதிர் வெளிவர துருத்திக் கொண்டிருக்கும் குருத்துக்களை ஆளாளுக்கு பாய்ந்து இஷ்டம் போல் பிய்த்துத் தின்றபடி வந்து கொண்டிருந்தார்கள்.

ஒரே பேச்சும் சத்தமும் சிரிப்புமாக அவர்கள் சோளக் கொல்லையின் வரப்பில் இருந்து வெளியே வந்த பொழுது, கடும் கோபத்துடன் கையில் மண்வெட்டியுடன் தோட்டக்காரர் அங்கு நின்று கொண்டிருந்தார். எல்லோருக்கும் சட்டென்று ஒரு கணம் பயம் பிடித்துக் கொண்டது.

கையில் இருந்த கதிர்களையும் குருத்துகளையும் மறைத்தபடி அவர்கள் நிற்க, தோட்டக்காரர் இவர்களைப் பார்த்து, "நீங்கள் எல்லாம் படிக்கிற புள்ளைங்கதானே, உங்களக்கெல்லாம் அறிவு இல்லை? ஒரு பச்ச புள்ளய வளர்ப்பது போல் இந்த செடிகளை வளர்த்து ஆளாக்குறோம், இப்படி குருத்தை பிச்சு போட்டுட்டீங்களே" என்று கத்தினார்.

அப்பொழுதுதான் இவர்களுக்கு தாங்கள் செய்த தவறு புரிந்தது. "நாங்கள் சும்மா பசியா இருக்குதுனுதான் தின்னோம்" என்று ராமதாஸ் அவரை நோக்கிச் சொன்னான். "ஏய் அறிவு கெட்ட முண்டங்களா, பசியா இருந்தா, ஒரு முத்தின கதிரை பறிச்சு தின்ன வேண்டியதுதானேடா, இப்படி ஆளாளுக்கு குருத்தப் பறிச்சு கையில் வைச்சிருக்கீங்களே, எத்தனை குருத்தப் பறிச்சு நாசம் பண்ணுனீங்களோ" என்று கத்தினார். அவர் சொன்னது உண்மைதான். இவர்கள் பத்து பேரும் கடந்த சில நிமிடங்களில் பறித்து தின்ற குருத்துக்களின் எண்ணிக்கை நூற்றுக் கணக்கில் இருக்கும். அந்த குருத்துக்கள் முற்றியிருந்தால் அரை மூட்டை சோளம் விளைந்ததாக அர்த்தம்.

தோட்டக்காரரின் முகத்தில் கோபம் கொப்பளித்தது. "எல்லாப் பசங்களும் இப்படி உட்காருங்க, பறிச்ச குருத்துக்கெல்லாம் காசு கொடுத்துட்டு வீட்டுக்குப் போங்க. வயக்காட்டில் கஷ்டப்பட்டு பாடுபட்டிருந்தால் உங்களுக்கெல்லாம் வருத்தம் தெரியும். விடலைப் பசங்கதானே, குரங்கு பூந்த வனம் மாதிரி தோட்டத்தில் புகுந்து தாறுமாறாக பிச்சி எறிஞ்சிருக்கீங்க" என்று கத்தினார்.

"இன்றைக்கு ஒரு பயலும் வீட்டுக்கு போக முடியாது. இங்கேயே கிடங்க" என்றபடி மண்வெட்டியை போட்டுவிட்டு அவரும் குத்துகாலிட்டு உட்கார்ந்தார். பையன்கள் முகத்தில் பீதி கிளம்பியது. இந்த மாதிரி சந்தர்ப்பங்களில் சற்றே துணிச்சல் மிக்கவன் என்று கருதப்படும் ராமதாஸ்கூட என்ன செய்வது என்று புரியாமல் திகைத்துபோய் நின்றான்.

பாபுவுக்கு தாங்கள் செய்தது நியாயம் இல்லை என்பதும் தோட்டக்காரரின் பேச்சு முற்றிலும் சரியானது என்றும் தோன்றியது. பாபு தோட்டக்காரரைப் பார்த்து, "இல்லீங்க, ஏதோ தெரியாம பண்ணிட்டோம். ரொம்ப நேரம் குளிச்சதினால பசி.... அதான் இந்த ஒரு வாட்டி மன்னிச்சு விட்டுடுங்க" என்றான்.

"எலே அறிவு இருக்காடா உனக்கு, பசிச்சவன் ஒரே ஒரு முத்தின கதிரை தின்னிருந்தாக்கூட ஒரு நாளைக்கு பூரா திரும்ப

பசிக்காது. அதை விட்டுட்டு குருத்துக்களை பிச்சி பிச்சி தின்னுருக்கீங்களே, உங்களை நான் சும்மா விடமாட்டேன்" என்று மீண்டும் ஆக்ரோஷத்துடன் திட்டினார். ரொம்ப கஷ்டப்பட்டு தைரியத்தை வரவழைத்துக் கொண்டு பேசிய பாபுவுக்கு அதற்கு மேல் என்ன பேசுவது என்று புரியவில்லை. பையன்கள் மீண்டும் அமைதியானார்கள்.

சம்பத் மட்டும் "டேய் நான் வேணா போய் எங்க அப்பாவை கூட்டிட்டு வரேன்" என்றான். இப்படி இவன் சொன்னதைக் கேட்ட தோட்டக்காரர் அவன் வீடு எங்குள்ளது என்றார். எங்க வீடு குட்டைக்கரையில் உள்ளது என்றான்.

குட்டைக்கரையிலிருந்து இங்க எங்கடா வந்தீர்கள் என்றார் தோட்டக்காரர். "இல்ல வாலீஸ்வரம் கண்ணாடி கேணியில் குளிச்சா நல்லா இருக்கும்னு சொன்னாங்க. அதான் குளிக்க வந்தோம்" என்றான் சம்பத். "குளிக்கிறவனுங்க ஏரிக்கரையில் உள்ள கேணிகளை விட்டுட்டு இத்தனை தூரம் ஏண்டா வந்தீங்க" என்று தோட்டக்காரர் மீண்டும் கோபமாக பேசினார். பாபு மீண்டும் அவரிடம், ''இந்த ஒரு தடவை மன்னித்து விட்டுடுங்கள். இனிமே இந்த பக்கமே வரமாட்டோம்'' என்றான்.

நேரமாகிறது என்ற நினைப்பு பாபுவுக்கு வயிற்றை கலக்கியது. மேலே அண்ணாந்துப் பார்த்தான். சூரியன் கிட்டத்தட்ட உச்சிக்கு வந்திருந்தது. தான் 9 மணி சங்கை நினைத்துக் கொண்டிருந்ததெல்லாம் தவறு என்று பாபுவுக்கு புரிந்து விட்டது. இத்தனை நேரம் வீட்டை விட்டு சொல்லாமல் அவன் என்றைக்குமே வந்ததில்லை. இன்றைக்கு தனக்கு நிச்சயம் ஏதோ தண்டனை காத்திருக்கிறது. மாமாவுக்கும் அத்தைக்கும் என்ன சொல்லி புரியவைப்பது என்று தெரியாமல் அவன் மனசு அடித்துக் கொண்டது.

தோட்டக்காரர் சொன்னார் "எலே, தண்டனையா ஒரு வேலை தர்றேன். இந்த வாய்க்காலை அதோ அங்கு தெரிகிறது பார் அந்த கோடி வரைக்கும் சீர் பண்ணி கொடுத்து விட்டு ஊருக்குப் போங்க. இல்லேன்னா இன்னைக்கு பூராவும் நீங்கள் வூட்டுக்குப் போய் சேர மாட்டீர்கள்" என்று சொல்லியபடி மண்வெட்டியை நகர்த்தி அவர்களுக்கு முன் வைத்தார். வரப்பில் உட்கார்ந்திருந்த ராமதாஸ் சட்டென்று எழுந்தான். மண்வெட்டியை எடுத்தான். வேகவேகமாக வரப்பை ஒட்டிய வாய்க்காலைச் சீர் செய்ய ஆரம்பித்தான்.

ராமதாஸ் சற்றே வேகம் குறைந்து ஓயும் போது ராஜதுரை மண்வெட்டியை வாங்கிக் கொண்டான். இப்படி அடுத்தடுத்து வாய்க்காலை சீர் செய்யும் பணி தொடங்கியது. காலையிலிருந்து குளித்து களைத்திருந்த உடம்பு வெயிலாலும், வியர்வையாலும் மேலும் களைத்துப் போனது. கிட்டத்தட்ட அந்த வாய்க்கால் சீரமைக்கும் வேலை முடியும் தறுவாயில் இருந்தது-

சம்பத்தும், பாபுவும் தோட்டக்காரரிடம் சென்று "தயவுசெய்து எங்களை விட்டுடுங்க. வீட்டில் தேடுவாங்க, பயமாக உள்ளது" என்று கெஞ்சினார்கள். தோட்டக்காரர் பாபுவைப் பார்த்து உனக்கு எங்கடா வீடு என்றார். எங்க வீடு மேலத் தெரு என்றான் பாபு. அப்படியா, அங்க யார் வீடு? என்று கேட்டார் தோட்டக்காரர். அங்க வாத்தியார் வீடு என்றான் பாபு. யாரு, நம்ம மாணிக்கவாசகம் வாத்தியார் வீடா? என்றார் தோட்டக்காரர். ஆமாம் நான் அவர் தங்கச்சி பையன். அவர் வீட்டில்தான் இருக்கிறேன் என்றான் பாபு. "எலே இத முன்னாடியே சொல்லக்கூடாது. நம்ம பசங்க அவர்கிட்டதானப் படிச்சாங்க" என்றபடி தோட்டக்காரர் எழுந்து பாபு முதுகில் தட்டினார்.

"எலே பசங்களா, எல்லோரும் இங்க வாங்கடா" என்றார். வேலை செய்து கொண்டிருந்தவர்கள் மண்வெட்டியை போட்டுவிட்டு தோட்டக்காரரை நெருங்கினர். "எல்லாம் போதும். நீங்க கிளம்பி போங்கடா" என்றார். இனிமேல் இந்த மாதிரி வாலுத்தனமெல்லாம் வச்சுக்காதீங்க" என்றார் தோட்டக்காரர். இனிமேல் ஜென்மத்துக்கும் இந்த மாதிரி செய்யமாட்டோம் என்று ஒருமித்த குரலில் சொல்லிவிட்டு ஓட்டமும் நடையுமாக வீட்டை நோக்கி கிளம்பினார்கள்.

வீடு நோக்கி நடக்க நடக்க பாதை நீண்டு கொண்டே போவது போல் இருந்தது. காலையில் போகும்போது இந்த தூரம் ஒரு பொருட்டாக தெரியயவில்லை. காலையில் மனதில் ஆசையும் உற்சாகமும் பரவி கிடந்தது. அப்பொழுது தூரம் பொருட்டாக தெரியாதது வியப்பில்லைதானே? ஆனால் இந்த கணத்தில் நிலைமை முற்றிலும் மாறிப்போய் இருந்தது. தன் கதி என்னவாகும் என்பது பாபுவுக்கு புரியாத புதிராக இருந்தது.

எதற்கு எடுத்தாலும் ஊருக்கு அனுப்பி விடுவேன் என்று மிரட்டும் மாமாவின் குரலும், அந்த கோபம் மிகுந்த வார்த்தைகளும் மனதில் எதிரொலித்தபடியே இருந்தது. கோயில் சிலை

விவகாரத்திற்குப் பிறகு பாபு முடிந்தவரை எந்த சிக்கலிலும் மாட்டிக் கொள்ளாமல் கவனமாகத்தான் இருந்தான். கோயில் சிலை விஷயத்தில் காலை ஒடித்துக் கொண்ட போதே மாமா எப்படியும் இவனை ஊருக்கு அனுப்பிவிட வேண்டும் என்பதில் குறியாக இருந்தார்.

கால் கட்டு போட்டு, படுத்த படுக்கையாய் இருந்த காரணத்தால் உடனே ஊருக்கு அனுப்ப முடியாமல் போனது. கால் முறிவு சரியாகி நடக்க ஆரம்பிக்கும் பொழுது மெல்ல அவர் கோபம் குறைந்திருந்தது. அம்மாவும் எப்படியோ கெஞ்சி மாமாவை சமாதானப்படுத்த முடிந்தது.

ஆனால் இந்த முறை அம்மா ஊரில் இருந்து வந்து வாதாடக்கூடிய நிலைமையில் இல்லை. ஊரில் அண்ணனுக்கு அம்மை போட்டிருப்பதால் தான் வரவில்லை என்று ஏற்கனவே தெரிவித்து விட்டார்கள். இந்த எண்ணங்கள் எல்லாம் மனதில் அலை மோத பாபு நடையை எட்டிப் போட்டான்.

எப்பொழுதும், எதைப்பற்றியும் கவலைப்படாத இந்த நண்பர் கூட்டம்கூட இன்று கொஞ்சம் பயந்துதான் போயிருந்தது. “நல்ல வேலையா பாபு அவன் மாமா பேரை சொல்லவும் அந்த ஆளு விட்டுட்டான். இல்லையென்றால் இன்னைக்கு பூராவும் நம்மளை உட்கார வைத்திருப்பான்” என்றான் ராமதாஸ்.

இதே நேரத்தில் மாமா வீட்டுக்கு திரும்பியிருந்தார். பீதியுற்றிருந்த அத்தை “என்னங்க ஆச்சு, ஏதாவது தகவல் தெரிந்ததா? செத்துப்போன பையன் யார்?” என்று கேட்டார். “இல்லை இன்னம் பாடி கிடைக்கவில்லை. ஒட்டன் கேணியில் இந்த வருடம் வெயில் காலத்தில்கூட தண்ணீர் வற்றாமல் இருக்கிறது. நிறைய ஆட்கள் பாதாள கரண்டி போட்டு தேடிக்கிட்டு இருக்கிறதா பேசிக்கிறாங்க” என்றார் மாமா. ஆமா, நீங்க எங்க போயிட்டு வரீங்க என்று கேட்டார் அத்தை. எச்.எம். வீட்டுக்கு போய் அவர்கிட்ட பேசி ஸ்கூலில் T.C. யை வாங்கி வந்துட்டேன் என்றார் மாமா. “கவலைப்படாதீங்க, பாபு நிச்சயமா வந்துடுவான்” என்றார் அத்தை. ஆனால் வேறு ஏதாவது நடந்திருந்தால் என்ற கேள்வி அவரை மீண்டும் கலங்கச் செய்தது.

“மணி மத்தியானம் ஒண்ணு ஆகுது. இன்னும் வரலேன்னா என்ன அர்த்தம்?” என்று கேட்டார் மாமா. “அதாங்க எனக்கும் புரியல. இவன் கூட்டாளிங்களை போய் பார்த்தால் என்ன என்றார்

அத்தை. "ஆமாம் அதைச் செய்யலாம். அப்படி செஞ்சா இவன் எங்கே போயிருக்கிறான் என்று கண்டு பிடிக்கலாம்" என்றார் மாமா.

மாமாவின் மனம் இவன் கூட்டாளிகள் எங்கு இருக்கிறார்கள் என்பதை யோசித்து எதுவும் தோன்றாமல் வீட்டை விட்டு வெளியே வந்து சைக்கிளை எடுத்தார். சைக்கிளை எடுக்கவும் பாபு வீடு வந்து சேரவும் சரியாக இருந்தது. பாபுவை பார்த்த மாமாவின் முகத்தில் ஒரு பெருமூச்சு வந்தது. அவர் நெஞ்சு படபடப்பெல்லாம் அடங்கியது. உள்னே நுழைந்த பாபுவை அத்தை "அப்படியே வெளியே நில்லு உள்ள வராத" என்றார்.

தோளில் இருந்த துணிகளை எல்லாம் எடுத்து திண்ணையில் வைத்தான். "நீ எதுவும் எங்ககிட்ட சொல்லவேண்டாம். உன் துணிமணி பையெல்லாம் எடுத்துக்க. இந்த நிமிஷமே ஊருக்கு கிளம்பு" என்றார் அத்தை. அத்தை அவசரமாக சமையல் அறைக்கு சென்று தான் மஞ்சள் துணியில் முடித்து வைத்திருந்த காசை எடுத்து கண்களில் ஒற்றிக்கொண்டார். அந்த மாரியாத்தா என்னை கைவிடமாட்டா என்று தனக்கு தானே முனகிக்கொண்டார்.

ஆக்ரோஷமாக உள்ள வந்த மாமா பாபுவை இழுத்து போட்டு நாலு சாத்து சாத்தினார். அப்படியும் ஆத்திரம் தீராமல் ட்யூஷன் நடத்தும் இடத்திலிருந்து பிரம்பை எடுத்துகொண்டு வந்தார். வேண்டிய அளவுக்கு அடித்தார். பாபு கதறி துடித்தான். "ஏண்டா உங்க ஆயி கஷ்டப்படுறாளே, உன்னை ஒரு ஆளாக்கிவிடலாம் என்று கொண்டுகிட்டு வந்து வச்சா நீ எங்களை தீராத பழி சொல்லுக்கு ஆளாக்கலாம் என்று பாக்கிறியா? போன வருஷம் கோயில் சிலை நகர்த்தினப்பவே உன்னை அனுப்பியிருக்கனும். சரி காலுடைஞ்சு கிடக்கிற புள்ளைய என்ன பண்றதுன்னு நான் நெனைச்சேன். உங்க ஆயி வேற எங்கிட்ட கெஞ்சி கூத்தாடினா. இனிமேல் உன்னை வச்சு என்னால காலம் தள்ளமுடியாது. நீ சந்தோசமா உங்க ஆயி அப்பன்கிட்ட போயி நல்லதோ கெட்டதோ அங்கேயே இரு, நீ புறப்படு" என்றார்.

பாபு தேம்பித்தேம்பி அழுதபடியே வீட்டின் மூலையில் உள்ள குதிருக்கு பக்கத்தில் போய் உட்கார்ந்தான். அத்தை மன நிம்மதி அடைந்தவளாக ஒரு தட்டில் சோறு போட்டு எடுத்துக்கொண்டு வந்து பாபுவுக்கு அருகில் கொண்டு வைத்து, "இங்க பாருடா பாபு, என் புள்ள மாதிரி உன்னை வளர்த்தேன். ஆனா, நீ நாளுக்கு நாள் குறும்பு அதிகம் செய்ற, ஊரார் வீட்டு புள்ளய வைச்சிக்கிட்டு

வயித்துல நெருப்பை கட்டிக்கிட்டு எங்களால் இருக்க முடியாது. நீ போயி உங்க அம்மா அப்பாகிட்ட சந்தோஷமா இரு. இங்கேயிருந்து வீட்டுக்கு லீவுக்கு போற மாதிரி, நீ வருஷா வருஷம் உங்க வீட்டில் இருந்து இங்கே லீவுக்கு வா" என்றார் அத்தை.

பதில் பேச திராணியற்ற பாபு கண்ணீர் வழியும் கண்களுடன் தலை ஆட்டினான். சாப்பாட்டு தட்டையே வெறித்து பார்த்தபடி பாபு அமர்ந்திருக்க, அத்தை வீட்டுக்குள் அங்குமிங்குமாக நடந்தபடி பாபுவின் துணிமணிகளை சேகரித்துக் கொண்டிருந்தார். பாபு சாப்பிடாமல் வெறுமனே உட்கார்ந்திருப்பதை பார்த்த அத்தை, "சரிடா பாபு, இப்ப வருத்தப்பட்டு என்ன பண்ணுவ சாப்பிட்டுட்டு சட்டுபுட்டுன்னு கிளம்பு" என்றார்.

பாபு தான் என்ன உண்கிறோம் என்பதுகூட தெரியாமல் சாப்பிட்டு முடித்தான். உள்ளே வந்த மாமா மணியை பார்த்தார். "3 மணிக்கு அவங்க ஊருக்கு வண்டி இருக்கு, சீக்கிரம் அவனுக்கு வேண்டியதெல்லாம் எடுத்துக்கச் சொல்லு" என்றார். பாபுவும் தன் உடைமைகள் வைத்திருக்கும் தகரப் பெட்டியைத் திறந்து கைக்குக் கிடைத்ததையெல்லாம் அள்ளி பைக்குள் போட்டுக் கொண்டான்.

பாபுவுடன் மாமாவும் அத்தையும் பஸ் ஸ்டாண்டிற்கு வந்தார்கள். பாபுவுக்கு வாயைத் திறக்கவே அச்சமாக இருந்தது. தன் நண்பர்கள் ஒருவரிடம் கூட சொல்லிக்கொள்ளாமல் இந்த ஊரைவிட்டு போகப்போகிறோம் என்று எண்ணும்போது துக்கம் நெஞ்சை அடைத்தது.

மெல்ல அத்தையின் பக்கம் திருமபி, "அத்த, ஒரு நாள் இருந்துட்டு நாளைக்கு போறேன்" என்றான். "டேய் பாபு வாய திறக்காதே, திறந்தால் உங்க மாமா உன்னை கொன்னு போட்டுடுவார். நீ எப்ப வேணாலும் இங்கு வந்து உன் கூட்டாளிகளை பார்க்கலாம், "ஆனா இப்ப எதுவும் போசாதே" என்றார்.

பாபுவின் கையில் டிக்கெட்டையும், 10 ரூபாய் பணத்தையும் கொடுத்த மாமா, "எலே ஊரில் போய் இப்படி ஊரை சுத்திக்கிட்டு நிக்காதே, உங்கம்மா உடம்பு சரியில்லாதவ, அவளுக்கு உதவியா இரு. அவ இருக்கறவரைக்கும்தான்டா உங்களுக்கு மரியாதை, அவளை பார்த்துக்க" என்று சொல்லி பஸ்ஸில் ஏற்றி உட்காரவைத்தார்.

பஸ் ஸடாண்டில் ஓரே இரைச்சலாக இருந்தது. திருச்சி, முசிறி, திருவள்ளரை, மண்ணச்சநல்லூர், தம்மம்பட்டி, புளியம்பட்டி என்று ஒவ்வொரு பஸ்ஸை சுற்றியும் ஆட்கள் நின்றபடி உரத்த குரலில் கூவிக்கொண்டு இருந்தார்கள்.

பாபுவின் பஸ் உறுமலுடன் கிளம்பியது. பாபு கண்கள் விரிய அத்தையையும் மாமாவையும் பார்த்தான். "போய்ட்டுவரேன்" என்றான். அத்தை முந்தானையில் கண்ணீரை துடைத்துக் கொண்டார்கள். பெற்ற பிள்ளை மாதிரி வளர்த்தேன் என்று வாய் முணுமுணுத்தது. பஸ் ஸ்டாண்டை விட்டு பஸ் சீறி பாய்ந்தது.

தூரத்தில் ஏரியும் அதன் கரைகளில் வரிசையாய் தெரியும் மரங்களும் பாபுவுக்கு தென்பட்டன. ஏரிக்கரையின் மரங்களும் அதற்கு அப்பால் உள்ள வயல்வெளிகள் தாண்டி தூரத்தில் கரும்பச்சை உடை பூண்ட ஒரு மாமனிதன்போல் பச்சைமலை தொடர்கள் தென்பட்டன.

பாபுவின் உயிரோடும் உதிரத்தோடும் கலந்து போன இந்த காட்சிகள் அவனை உருக்குலைய வைத்தன. நாள் தவறாமல் ஏரிக்கரைக்கு போவதும், நீர்பரப்பையும் கரைக்கு அப்பால் உள்ள நீண்ட பெரு வயல்வெளிகளையும், வயல்வெளிகளை தாண்டிய மலைத் தொடரையும், மலைத்தொடருக்கு பின்னால் தினந்தினம் ஓடி ஒளியும் சூரியனின் அஸ்தமனக் காட்சியைக் கண்டு களித்ததையெல்லாம் எண்ணிப்பார்த்தான்.

தன் ஆசையெல்லாம் நிராசையாகி, இந்த உலகிலிருந்து முற்றிலும் அந்நியப்படுத்தப்பட்ட, யாருமே இல்லாத ஒரு தனி மனிதனாக உணர்ந்தான். இந்த ஏரிக்கரையும், நீர்க்கோழிகளும், தன் நண்பர்களும் தன் உயிரோடும், உணர்வோடும் கலந்து பிறந்தவைகளாகவும், இவைகளுடன் ஓர் பிரிக்கமுடியாத பந்தம் உண்டாகியிருப்பதாகவும் இவைகளின்றி தான் வாழவே முடியாது என்பது போன்றும் பாபுவின் நெஞ்சுக்குள் ஓர் அதீத ஏமாற்ற உணர்வும் சோகமும் மன விரக்தியும் வியாபித்தது.

சட்டென்று ஏதோ நினைவுக்கு வர தன் பையை திறந்து அதற்குள் இருந்த டப்பாவைத் திறந்து பார்த்தான். அதற்குள் அழி ரப்பருடன் கூடிய பென்சில் இருந்தது. ஐந்தாம் வகுப்பில் ராஜேஸ்வரி கொடுத்த பென்சில் அது. இரட்டைச்சடை போட்ட ராஜேஸ்வரியின் உருவமும் காந்தமாய் இழுக்கும் அந்த கண்களும், கடைசியாய்ப் பார்த்த வளர்ந்த தாவணி கட்டிய தோற்றமும் பாபுவின் மனத்திரையில் மின்னலாய் வந்த போயின. அந்த

பென்சிலை கையில் எடுத்த போது, பாபுவுக்கு அடக்க முடியாத அழுகை வந்தது. அழுகையை அடக்க, ஜன்னல் கம்பியில் முகம் புதைத்து வெளியே பார்த்தான்.

பஸ் ஏரியின் கரையோரமாக ஓடிக்கொண்டிருந்தது. பாபுவின் கண்கள்தான் திறந்திருந்ததே தவிர அவை காட்சிகளை மறந்து எண்ணங்களில் மூழ்கித் திகைத்திருந்தன. ஜன்னல் ஓரமாய் கம்பிகளை பிடித்தபடி அமர்ந்திருந்த பாபுவுக்கு சட்டென்று சுய உணர்வு வந்தது. தான் பயணம் செய்யும் பஸ் ஏரிக்கரையை விட்டு விலகி போகிறது என்ற நினைப்பு மேலிட ஆர்வத்தோடு ஏரிப்பரப்பை உற்றுப் பார்த்தான்.

எங்கிருந்தோ இரண்டு நீர்கோழிகள் தலையை உயர்த்தி கரையை நோக்கி வேகவேகமாக வந்தன. அந்த நீர்கோழிகளை பார்க்கும்போது தன் உடன் பிறந்தவர்கள் யாரையோ விட்டு பிரியக்கூடிய ஒரு துன்பகரமான மனநிலைக்கு பாபு தள்ளப்பட்டான்.

தலையை ஆட்டிஆட்டி நீர்கோழிகள் வேகவேகமாக கரையை நோக்கி வருகையில் அவை இரண்டும் தனக்கு விடைகொடுப்பதற்காகத்தான் வருகின்றன என்று எண்ணிக்கொண்டிருக்கும் போதே, பஸ்ஸின் வேகத்தில் அவைகள் பாபுவின் பார்வையிலிருந்து மறைந்தே போயின.

★★★★★★★

பாகம் - இரண்டு

1

அந்தக் கடை வீதி பரபரப்பாக இயங்கிக் கொண்டிருந்தது. சுற்று வட்டாரத்தில் உள்ள 50க்கும் மேற்பட்ட கிராமங்களுக்கு இதுதான் பெரிய ஊர். கடை வீதியின் பெரிய கட்டிடத்தில் முதல் மாடியில் இருந்தது ஸ்டேட் பேங்க் ஆஃப் இந்தியா. வாடிக்கையாளர்கள் வந்து போகும் வராந்தா தாண்டி கோடியில் இருந்தது மேனேஜர் அறை. M.பாபு, சீப் மேனேஜர் என்ற பெயர்ப்பலகையுள்ள கண்ணாடி அறையின் உள்ளே பாபு உட்கார்ந்து ஒரு வாடிக்கையாளருடன் சுவாரஸ்யமாக பேசிக் கொண்டு இருப்பது வெளியில் இருந்து பார்க்கும் போதே தெரிந்தது.

“சார் நீங்க கேட்ட ராஜதுரை என்ற ஆசிரியரின் விலாசம் இதுதான்”என்று வாடிக்கையாளர் கொடுக்க, “ரொம்ப சந்தோஷம், உங்க உதவியை மறக்க மாட்டேன்” என்றார் சீப் மேனேஜர்.

“நம்ம பையன் இவர்கிட்ட கணக்கு டியுஷன் படிச்சு நல்ல மார்க் வாங்கி பெரிய கம்ப்யூட்டர் கம்பெனிலே வேலை பாக்குறான். அவன்மூலம் விசாரிச்சுதான் இந்த அட்ரசை வாங்கினேன். இது ஊருக்கு வெளியே எக்ஸ்டென்சன் ஏரியாவுல இருக்கு. வேணுமின்னா நானே உங்களை கூட்டிகிட்டு போறேன்” என்றார் வாடிக்கையாளர்.

“அய்யய்யோ. அதெல்லாம் ஒண்ணும் வேணாம், நானே காலாற தேடிப் போய் கண்டு பிடிக்கிறேன் அப்பதான் அதில் ஒரு திரில் இருக்கும். நாப்பத்தஞ்சு வருஷமாச்சே அவனைப் பார்த்து தேடி கண்டு புடிக்கறதே ஒரு சுவாரஸ்யம்தான் அதை நான் இழக்க விரும்பலே நீங்களே சொல்லுங்க 45 வருஷம் முன்னாடி கூட படிச்சவனை திடீர்ன்னு போய்ப் பாக்குற சந்தர்ப்பம் எப்படி இருக்கும்னு இதே ஊர்ல சந்து பொந்தெல்லாம் சுத்தி திரிஞ்சோம். ஏரியிலேயும் கிணத்து மேட்லயும் ஆடி மகிழ்ந்தோம். இன்னைக்கு நினைச்சாக் கூட எம்மனசு சிலிர்த்து போகுது. இந்த ஊருக்கு சீப் மேனேஜரா வந்து 2 நாள்தான் ஆகுது. அதுக்குள்ள உங்கள மாதிரி

ஒரு மனிதரோட நட்பு கெடைச்சு என் பழைய நண்பரை பாக்க முடியும்னா அதை விட சந்தோஷம் வெறென்ன இருக்க முடியும்.

எங்க பேங்கு நிர்வாகத்துக்கு நான் வேண்டாதவன். ரிடயர் ஆகப் போற காலத்துல எனக்கு பனிஷ்மென்ட் டிரான்ஸ்பர் மாதிரி இந்த ஊருக்கு தூக்கி அடிச்சானுங்க. அந்த முட்டாள்களுக்குத் தெரியாது இந்த ஊர்என்னைப் பொறுத்தவரை சொர்க்கம்னு. நான் எட்டாம் வகுப்பு வரை இந்த ஊரில்தான் வாழ்ந்தேன். சின்ன ஏரியும், பெரிய ஏரியும் என் உயிரோடும் உணர்வோடும் கலந்த விஷயங்கள். 45 வருஷம் முன்னாடி இந்த ஊரை விட்டுப் போன என் வாழ்க்கை எப்படியெப்படியோ மாறிப் போனாலும், இந்த ஊரில் வாழ்ந்த என் பால்ய கால நினைவுகள் என் அடி மனசில் அப்படியே பதிஞ்சு போச்சு. என்னைப் பழி வாங்கறதா நினைச்சு எங்க பேங்க் நிர்வாகம் என்னை ஊர்ஊரா பந்தாடுனாங்க வட இந்தியாவுலதான் என் வாழ்க்கையின் பெரும்பகுதி கழிஞ்சுது. அப்படி இப்படின்னு ஒரு வழியா தமிழ் நாட்டுக்கு ரிடயர் ஆகற காலத்துல வந்து சேரணும்னு இருந்தேன். அப்பாடான்னு மூச்சு விடுறதுக்குள்ளே புரமோஷனை காரணம் காட்டி இங்க தூக்கி அடிச்சானுங்க.. என்னை பழி வாங்கிட்டதா சந்தோஷப்பட்டு இந்த ஆர்டரைப் போட்ட ஆபீசரைப் பாத்து என் சந்தோஷத்தை சொன்னப்ப அவர் மூஞ்சி போன போக்க பாக்கணுமே.. அவர் நான் துக்கப்படுவேன்னு நினைக்க.. நான் மகிழ்ச்சியில் கூத்தாட அவருக்கு ஒண்ணும் புரியல."

அப்படியே இருக்கட்டும்னு நான் எதுவும் சொல்லாம கிளம்பி வந்துட்டேன்" என்றார். சீப் மேனேஜர் பாபுவின் பேச்சையும் சிரிப்பையும் பார்த்த வாடிக்கையாளர் புரிந்தும் புரியாமலும் "சரிங்க ஐயா நான் உத்தரவு வாங்கிறேன், என்ன உதவினாலும் கூப்பிடுங்க" என்று கூறி விடைபெற்றார்.

★★★

2

A.ராஜதுரை, தலைமை ஆசிரியர் (ஓய்வு) என்ற பெயர்பலகை முன் சில நிமிடங்கள் நின்ற பாபு, அந்தப் பெயர்பலகையை சற்றே புன்னகைத்தபடி பார்த்துக் கொண்டிருந்தார். அழைப்பு மணியை அமுக்குவதற்கு முன் மீண்டும் உடலெங்கும் மெல்லிய

பரவசம் ஓடியதை உணர்ந்த பாபு ஒரு முறைக்கு இருமுறை அழைப்பு மணியை அமுக்கினார்.

கதவைத் திறந்தவர் எதிரில் நிற்பவரை பார்த்து, "யார் நீங்கள்? என்ன வேண்டும்?" என்று விசாரித்தார். பெரும் குரலெடுத்து சிரித்தபடி பாபு அவரை நோக்கி "நீங்கள்தான் வேண்டும்" என்றார். ராஜதுரை முகத்தில் கேள்விக்குறியும் ஆச்சரியமும் தோன்ற, "அதுசரி நீங்கள் யார்?" என்றார். மீண்டும் ஒரு பெரும் சிரிப்பு சிரித்த பாபு, "டேய் ராஜதுரை என்னை நல்லா பாருடா. உன்னுடைய பால்ய கால நண்பன்டா" என்றார்.

சற்றே சுதாரித்துக் கொண்ட ராஜதுரை, "உங்களை அடையாளம் தெரியவில்லை, ஆனால், இது என் நண்பன் பாபுவின் குரல்" என்றபடி பாபுவை கட்டி அணைத்துக் கொண்டார். "ஏன்டா பாபு, இந்த உலகத்திலே நீ இருக்கியா இல்லையானு எத்தனையோ முறை யோசிச்சு இருக்ககேன். எங்க இருக்க எப்படி இருக்க என்ன ஆன என்று என் நெஞ்செல்லாம் எத்தனையோ கேள்விகள். சின்ன ஏரியை கடந்து போகும்போது சட்டென்று தலையைத் தூக்கும் நீர்க்கோழிகளைப் பார்க்கும் போதெல்லாம் என் நினைவு அடுக்குகளில் இருந்து அந்த நீர்க்கோழியின் தலையோட உன் உருவம் வந்து போகும்."

"உங்க மாமா திடீரென்னு சொல்லாமல் கொள்ளாமல் உன்னை இந்த ஊரை விட்டு அனுப்பிய சேதி தெரிந்த போது நமது நண்பர்கள் அத்தனை பேரும் அதிர்ந்து போனோம். பின்னர் நாளடைவில் மறந்தும் போனோம். காலப்போக்கில் அப்பப்ப உன் நினைவு வந்து போகும். வேற என்னடா செய்ய முடியும்?" என்று பேசி முடித்தார் ராஜதுரை.

தன் மனைவியை அழைத்து, "ராஜாத்தி இங்க வாயேன், இன்னைக்கு ஒரு உலக மகா அதிசயம் நடந்திருக்கு. எட்டாம் வகுப்பு முடிக்கிறப்ப எங்களை விட்டு ஊருக்குப் போன பாபு இன்னைக்கு 45 வருஷம் கழிச்சு திடீர்னு காட்சி தந்திருக்கிறத பாரு" என்றதும் அந்தப் பெண், "அவரா உங்க பிரண்ட் சிவன் கோயில்ல பிள்ளையார்சிலையை நவுத்தி காலை உடைச்சிகிட்டாருன்னு சொல்லுவீங்களே, அவரா?" என்று கேட்ட போது இருவரும் மகிழ்ச்சி கடலில் திளைத்தபடி வாய்விட்டு சிரித்தனர். "நாங்க ஒவ்வொரு தடவ சிவன் கோயிலுக்கு போறப்பவும் இவரு உங்களைப் பத்தி சொல்லாம இருந்ததே

இல்ல" என்று சொல்லி அந்தப் பெண்ணும் சேர்ந்து சிரித்தார்.

"ஏண்டா பாபு, எங்கதாண்டா போன? என்ன பண்ணுன? இத்தனை வருஷம் கழிச்சு இந்த ஊருக்கு வரணும்னு தோணி வந்திருக்கியேடா" என்றார் ராஜதுரை. "ஐயா ஒண்ணும் சும்மா வரலை. இந்த ஊர் ஸ்டேட் பாங்கோட சீப் மானேஜரா வந்திருக்கேன். என்னை பழி வாங்கறதா நினைச்சு ரிடையர் ஆக மூணுமாசம் இருக்கப்ப எங்கயாவது தொலை தூரத்துக்கு தூக்கி அடிக்கனும்னு சொல்லி நாக்பூரிலிருந்த என்னை நம்ம ஊரில் போட்டான் பாரு... அதை நினைச்சு நினைச்சு நான் சந்தோஷப்பட்டுகிட்டிருக்கேன்" என்று சொல்லி சிரித்தார் பாபு. "அப்படி உம் மேல நிர்வாகத்திற்கு என்ன கோபம்? நீ என்ன பண்ணினே?" என்றார் ராஜதுரை.

நான் நம்ம ஊரை விட்டு எங்க அம்மா அப்பா கிட்ட போனதுமே எங்க அப்பா அவரோட பிரண்ட் கூப்பிட்டார்னு சொல்லி குடும்பத்தோட பாம்பேக்கு போயிட்டோம். அங்க நான், என் அண்ணன், என் தம்பி, தங்கச்சி எல்லாரும் பள்ளிக்கூடம் போய் படிச்சோம். திடீர்னு மொழி தெரியாத ஊர்ல இறங்கினப்ப நாங்க அனுபவிச்ச அதிர்ச்சி ரொம்ப பயங்கரமா இருந்திச்சு. ஆனா, கொஞ்ச நாள்லேயே நாங்க அங்க மகிழ்ச்சியா வாழ கத்துக்கிட்டோம். எங்க அப்பாவுக்கும் ஓரளவுக்கு வருமானம் வந்ததால நாங்க சிரமம் இல்லாம வாழ ஆரம்பிச்சோம். நானு அப்படி இப்படின்னு ஒரு டிகிரி முடிச்சு ஸ்டேட் பாங்க்ல கிளார்க்கா சேர்ந்தேன். கொஞ்ச நாள்லேயே பரீட்சை எழுதி பாஸாகி ஆபீசர் ஆனேன்".

"அப்பறம் என்னடா? ராஜ வாழ்க்கைத்தானே" என்றார் ராஜதுரை. "ராஜ வாழ்க்கைதான்.... உலகத்தை அனுசரிச்சு போறவங்களுக்குதான் வாழ்க்கை சுகமா, சுவையா, சௌக்கியமா இருக்கும். நான் செஞ்ச தப்பு ஆபீசர் ஆனதுதான். கிளார்க்காவே இருந்திருந்தன்னா நான் நினைச்சபடி இன்னும் நல்லா வாழ்ந்திருப்பேன். ஆபீசர் என்ற பேர்ல நான் என்னோட இயல்பை மாத்திக்க முடியலை. ஆபீசர் அசோசியேசனுக்கு தலைவர் ஆனேன். அதுமாதிரிப் பதவி கிடைச்சா அதை வைச்சு ஆபீஸ் வேலை செய்யாம சம்பாரிக்கிற வழியை பார்க்கிறவங்களுக்கு நடுவே ஒரு தொழிற்சங்கத் தலைவரா நான் வெறுமனே ஊழியர்களுடைய சம்பளத்துக்காக மட்டும் போராடாம வங்கி எடுக்கக்கூடிய முடிவுகளுக்கு எதிராகவும் குரல் எழுப்பினேன்.

இன்னைக்கு ஏடி.எம்.ல அஞ்சு தடவைதான் பணம் எடுக்கலாம் மூணு தடவைதான் பணம் எடுக்கலாம் அப்படீன்னு கொண்டு வந்த வங்கி முடிவுகளை எதிர்த்து நான் வங்கிக்கு எதிரா பல நேரங்கள்ல குரல் எழுப்பினேன். இந்த ஆண்டு இந்த வங்கிக்கு 1000 கோடி லாபம், இன்னொரு வங்கிக்கு 1500 கோடி லாபம் என்று பத்திரிக்கைகளில் வரும் செய்திகளைப் படித்து கொதித்துப் போவேன். சாதாரண மனிதர்களிடம் கண்டபடி பணம் வசூலிக்கும் அரசு வங்கிகள் பெரும் முதலாளிகளின் கோடிக்கணக்கான ரூபாய் கடன்களை வராக்கடன்னு தள்ளுபடி செய்யற கொடுமையை என்னன்னு சொல்றது?

அதிகாரிகள் சங்கத் தலைவரா இருந்துகிட்டு இப்படி நிர்வாகம் மக்கள் நலனுக்கு எதிரா அமல்படுத்தன முடிவுகளை எதிர்த்து எல்லா தொழிற்சங்கக் கூட்டங்கள்லேயும் பேசுனத வங்கி நிர்வாகத்தால பொறுத்துக்க முடியாம என்னை கண்டபடி பந்தாடுனாங்க. அப்படி அவங்க உதைச்ச கடைசி உதையிலதான் நான் இப்ப நம்ம ஊர்ல வந்து விழுந்திருக்கேன்" என்று ஒரே மூச்சில் சொல்லி முடித்தார் பாபு.

"சரி இந்த கதையெல்லாம் உட்றா. வீட்டு வாசல்ல உள்ள பெயர்பலகையைப் பார்த்து நீ எச்.எம்மா வேலை செஞ்சு ரிடையர் ஆகியிருக்கனு புரிஞ்சுகிட்டேன். நம்ம நண்பர்கள் யார்யார் எப்படி இருக்காங்க? என்னென்ன செய்றாங்க?. எல்லாத்தையும் நாம ஓய்வா பேசணுண்டா. நீ என்னை இப்பவே சிவன் கோயிலுக்கு கூட்டிக்கிட்டு போ" என்றார்பாபு.

உடனே ராஜதுரை, "சரி வா, பேசிக்கிட்டே நடக்கலாம். இந்த மாலைப் பொழுது நாம கோயிலுக்குப் போக சரியான நேரந்தான்" என்று கூறி கிளம்பினர். மெல்ல நடந்தபடி எதைப் பேசுவது எதை விடுவது என்று தெரியாமல் ஏதேதோ பேசியபடியே சாலையை ஒட்டியுள்ள சின்ன ஏரி வழியாக நடக்க ஆரம்பித்தனர்.

பஸ் ஸ்டாண்டுக்கு எதிரில் ஒரு காலத்தில் பரந்து விரிந்து கிடந்த சின்ன ஏரி அளவில் சுருங்கி பச்சையும் கருமையும் நிரம்பிய நீரோடு காட்சி அளித்தது. "என்னடா இது? நாம பாத்து பாத்து, ரசித்து ரசித்து மகிழ்ந்த எரியாடா இது?" என்றார்பாபு. "ஏண்டா இந்தக் கரையோரமா இருந்த அவ்வளவு மா மரங்களும் எங்கடா போச்சு? ஏரியே கண்ணுக்குத் தெரியாம கரை பூரா ஆக்கிரமித்து கட்டப்பட்ட சின்ன சின்ன கடையால்ல இருக்கு"

என்றார் பாபு. "ஏன்டா 45 வருஷத்துக்கு முன்னாடி நீ பாத்த மாதிரியே இந்த உலகம் இருக்குன்னு நினைச்சியா?" என்றார் ராஜதுரை.

"ஏண்டா இந்த 45 வருஷத்துல இந்த உலகம் எப்படி மாறி இருக்குன்னு உனக்கு நான் சொல்லணுமா என்ன?" மரங்களையெல்லாம் அழிச்சோம். ஏரிகளை தூர்த்தோம். பார்க்கிற இடமெல்லாம் பிளாஸ்டிக் குப்பையை போட்டோம். இதுதான் நாம நம்மோட பெரும் பகுதி வாழ்க்கையில கண்டது. நாம சின்ன புள்ளையா இருந்த காலத்துல வருஷா வருஷம் மழை காலத்துல மழை பேஞ்சி பெரிய ஏரி ரொம்பி கடை போயி சின்ன ஏரிக்கு தண்ணி வரும். சின்ன ஏரியும் வழிஞ்சி ஓடுன பிறகு மஞ்சளா, கலங்கலா இருக்கிற தண்ணியை பார்த்து ரசிச்சபடி தினம் பள்ளிக்கூடம் போனோம்.

நவம்பர் மாச வாக்கிலே மஞ்சளா நிக்கற தண்ணி மெல்ல தெளிஞ்சு ஜனவரி மாச வாக்கிலே பளிங்கு மாதிரி இருக்கும். அப்பறம் மெல்ல பாசாம் புடிச்சு பச்சையா மாறிடும். அதுக்குள்ள வெயில் காலம் வந்து ஏரி வத்தினதும், நாம ஏரியில் இறங்கி வெளையாட ஆரம்பிச்சுடுவோம். அந்த காலமெல்லாம் போச்சுடா. இந்த 45 வருஷத்துல நம்ம ஊரு பெரிய ஏரி ரொம்பி கடை போனது அப்படீன்னு சொன்னா அது ஒரு அஞ்சாறு வருஷந்தான் இருக்கும், அதுவும் கடந்த 20 வருஷத்துல நம்ம ஏரி ரொம்புனதா எனக்கு ஞாபகத்துல இல்ல. இப்ப இந்த ஏரியில நிக்கிற தண்ணி பூராவும் சாக்கடை தண்ணிடா" என்றார் ராஜதுரை.

பேசியபடியே இருவரும் நடந்து கொண்டு இருக்கையில் "கொஞ்சம் நில்லுடா, நான் இன்னும் முழுசா ஏரியை பாக்கல" என்று கூறியபடி பாபு ஏரியை நோக்கியபடி நின்று விட்டார். பாபுவின் செயல் ராஜதுரைக்கு வியப்பையும் மகிழ்ச்சியையும் கொடுக்க, "ஏண்டா பாபு, இவ்வளவோ வருஷம் கழிச்சும் உன் மனசுல இந்த ஏரி பற்றிய ஆசையும் கனவும் அப்படியே இருக்கறத நினைச்சா ரொம்ப சந்தோஷமா இருக்குடா" என்றார் ராஜதுரை.

ராஜதுரை பேசிய எதையும் காதில் வாங்காதவராய் ஏரியை வெறித்து நோக்கிய பாபு, "டேய் ராஜதுரை, ஏரியோட மறு கரையில் இருந்த மரமெல்லாம் எங்கடா? கரையே சரிஞ்சு போய் மொட்டையா தெரியுதே" என்று கூறியபடி ராஜதுரையின் கைகளை இறுக பற்றிக் கொண்டார் பாபு.

“டேய் டேய் பாபு ரொம்ப உணர்ச்சி வசப்படாதே, நீ பழைய காலத்த மனசுல வெச்சுகிட்டு எல்லாம் அப்படியே இருக்கனும்னு நினைக்கறதுதான் எனக்கு ஆச்சரியமா இருக்கு. அந்த மரங்கள்ல கொஞ்சம் பட்டு போயிருக்கும், மிச்சத்தை வெட்டி இருப்பானுங்க, இதெல்லாம் யார் கேக்கறது?” என்றார் ராஜதுரை. “சரி கொஞ்சம் சீக்கிரம் வாடா இங்கத்தான இருக்கப் போறோம். நாம கோயிலுக்குப் போயிட்டு வந்து மத்தக் கதையெல்லாம் பேசலாம் என்றார் ராஜதுரை. பெருகிப் போன மக்கள் கூட்டத்தையும் வண்ண விளக்குகள் ஒளி வீசிய கடை வீதியையும் தாண்டி இருவரும் சிவன் கோவிலை நெருங்கினர்.

கோவிலுக்கு முன்னே 100 அடி தூரத்திலேயே பாபு மீண்டும் நின்று விட்டார். “ஏய் என்னடா ராஜதுரை, இந்த கோவில் வாசல்ல விஸ்தாரமா இருந்த திறந்த வெளியும் அந்த பெரிய மகிழம்பூ மரமும் காணோம்? அங்கு கீழ இருந்த நாம ஏறி

விளையாண்ட மேடை எங்கடா போச்சு?" என்றார் பாபு. "பாபு இப்பத்தானடா சொன்னேன்.... 45 வருஷத்துல உலகம் தலை கீழா மாறிப் போச்சுன்னு, கோவில் வாசல்ல இருந்த திறந்த வெளியை அடைச்சு அங்கே நாலு சிலையை வச்சு, நாலு கடையை திறந்திருக்கிறத நீ பாக்கத்தானே போற, என் கூடவே வா" என்றபடி ராஜதுரை நடக்க, பாபு பின் தொடர்ந்தார்.

கோவிலினுள் நுழைந்ததுமே, பாபுவின் உடம்பில் சிலிர்ப்பும் உற்சாகமும் பரவசமும் ஒரு சேர ஏற்பட்டது. உள்ளே நுழைந்ததும் அங்கு இருக்கும் நந்தி இருக்குமிடத்திற்கு முன்னால் சென்று அதை வைத்தக் கண் வாங்காமல் பார்த்தபடி நின்றிருந்தார் பாபு. அவர் கண்களில் பரிவும் பாசமும் பொங்கியது. நந்தியின் கால்களைத் தொட்டு வணங்கி எக்கி அதன் பாதங்களில் முத்தமிட்டார் பாபு, "இந்த நந்தியின் அழகு எந்த கோவிலில் உள்ள நந்திக்கும் கிடையாது. அது தெரியுமா உனக்கு?" என்றார். "டேய் பாபு நீ வீணா உணர்ச்சி வசப்பட்டு பேசற. தமிழ்நாட்டுல எவ்ளோ பெரிய கோயில்கள் இருக்கு? எவ்வளவோ நந்திகள் இருக்கு? ஆனா நீ சின்ன வயசு நினைவுகள்ல மூழ்கி இப்படி பேசறேன்னு நினைக்கிறேன்" என்றார்.

"இல்லடா ராஜதுரை, நிச்சயமா சொல்றன், நம்ம நந்தியோட அழகுக்கு இணையா இன்னோர் நந்தி இல்லவே இல்லை" என்றார் பாபு. "சரி சரி வா மெல்ல கோவிலுக்கு உள்ளே போகலாம்"என்றபடி உள்ளே நடந்தனர்.

திடீரென்று தரையை கவனித்த பாபு "என்னடா இது? டைல்ஸ்ம் மொசைக்கும் போட்டிருக்காங்க. இங்கு இருந்த கருங்கல் தரை எங்கடா போச்சு?" என்றார். "அதுவா எழெட்டு வருஷம் முன்னாடி கோயிலை புனரமைப்பு செய்யணும்னு சொல்லி அந்த கருங்கல் தரையை பேத்து எடுத்திட்டு போயிட்டாங்க. இப்படி ஏகப்பட்ட செலவு பண்ணி மார்பில்ஸ் பதிச்சிருக்காங்க. ஏண்டா இது நல்லா தானே இருக்கு" என்றார் ராஜதுரை.

"ஏண்டா ராஜதுரை, மார்பில் போடறதுக்கு இது என்ன மாளிகையா? இல்ல குடி இருக்கிற இடமா? இந்த கோயிலின் அழகே அந்த கருங்கல்தானடா. அதைக் கூட நம்மளால சுத்தமா வச்சுக்க முடியலன்னா பேத்து எடுத்துடடு மார்பில் போட்டாங்க? உலகத்துல இது போன்ற முட்டாள்தனமான காரியத்தை யாரும்

செய்யவே மாட்டாங்கடா. இந்த கோயிலுக்கான அழகும், பெருமையும், புராதான தன்மையும், போயே போச்சேடா" என்றார் பாபு. "சரிடா உனக்கு எதை பார்த்தாலும் வித்தியாசமா தெரியுது. நீ சொன்ன அப்புறம்தான் எனக்கே இது புரியுது. சரி வா இதெல்லாம் என்ன நம்ம கையிலயா இருக்கு?" என்றபடி பிரகாரத்தை சுற்றி நடந்தபடியே வலது கோடி மூலையில் உள்ள பிள்ளையாரிடம் வந்து ரெண்டு பேரும் நின்றார்கள்.

அந்த இடத்தை அடைந்ததும் ஒரு சில நிமிடங்கள் ஒருவரை ஒருவர் பார்த்தபடி மெய் சிலிர்க்க நின்றார்கள். பாபு தன்னுடைய காலை உயர்த்தி முட்டிக்கு கீழே இருந்த பெரிய தழும்பைப் பார்த்தார். சுரங்கப் பாதையைக் கண்டு பிடிக்கிறேன்னு சொல்லி புள்ளையாரைச் சாச்சு விட்ட சம்பவம் பாபுவின் மனக்கண்களில் ஓடியது.

அன்றைக்கு காயத்தால் உண்டான தழும்பு இது. "இத்தே பெரிய பிள்ளையாரை இந்த வயசுல கூட நம்மளால நகர்த்த முடியாதுடா. ஆனா அன்னைக்கு நாம எல்லோரும் சேர்ந்து இதை நகர்த்தனதை இன்னைக்கு நினைச்சாலும் எனக்கு ஆச்சரியமா இருக்குடா?" என்றார் பாபு. "ஆமா, இதுக்கு கீழே சுரங்கப் பாதை தொடங்கி பெருமாள் மலைக்கு போகுதுன்னு அந்த வயசுல உனக்கு யார்ரா சொன்னது பாபு" என்றார் ராஜதுரை.

"தெரியலடா யாரோ சொன்னாங்க அந்தக் காலத்துல கன்னித்தீவு சிந்துபாத் கதையும், இந்திரஜால் காமிக்ஸ்ல வந்த வேதாளம் கதையும் படிச்சு படிச்சு என் மனசுல ஒரு சாகசக்காரனுக்குள்ள ஆசையும் வீரமும் இருந்துச்சு. எல்லா நேரத்திலேயும் அறிவோட இருக்கிறதும் எல்லாத்தையும் ஆராய்ச்சி பண்ணிப் பாக்குறதும் தேவையில்லைன்னுதான் நினைக்குறேன். சின்ன வயசுல இந்தமாதிரி கனவும் ஆசையும் நம்பிக்கையோடேயும் விட்டேத்தியா மனசும் இருக்கறது எவ்வளவு பெரிய விஷயம், ஆனா ரொம்ப குறும்புக்கார பையன்னு சொல்லி செமையா அடி வாங்கி இருக்கேன். இப்படி ஊரே திட்டற மாதிரி புள்ளையாரை தள்ளி உட்டோம்னு நினைச்சா நாமதான் அப்படி இருந்தோமான்னு இப்ப தோணுதுடா" என்றார் பாபு.

கோவிலில் கூட்டம் அதிகம் இல்லாத அந்த மாலைப்பொழுதில் இருவரும் உயரத்தில் இருந்த பிள்ளையார் சிலையை பார்த்த வண்ணம் பேசிக் கொண்டே இருந்தார்கள். "சரி வா போகலாம்"

என்று கையைப் பிடித்து இழுத்த ராஜதுரையை, "செத்த இருடா, இன்னும் கொஞ்ச நேரம் இங்க நின்னு பேசிக்கிட்டு இருக்கலாம்டா" என்று கெஞ்சும் தொனியில் பாபு கேட்டபோது ராஜதுரையால் மறுப்பு ஏதும் சொல்ல முடியவில்லை. ஒரு வழியாய் மெல்ல நகர்ந்து அனைத்து சிலைகளையும் வணங்கியபடி மூலையில் இருந்த நவக்கிரக சிலைகளையும் வணங்கி வெளியே போக முனைந்தனர் இருவரும்.

பாபு ஒவ்வொரு அடி வைக்கும் போதும் அவர் மனதில் ஏற்கனவே பதிந்த காட்சிகளையும் இன்றைய தோற்றத்தையும் மனம் ஒப்பிட்டு பார்த்து பார்த்து ரசித்தபடி வந்தார். அந்தக் காலத்தில் அங்கு நிரம்பி இருந்த அந்த நறுமணக் காற்றை மனம் தேடியது. ஆங்காங்கே எரிந்து கொண்டிருந்த ஒளி வீசும் புளோரிசன்ட் விளக்குகளும் ஆங்காங்கே வைக்கப்பட்டிருந்த ஸ்பீக்கரிலிருந்து வெளிவரும் மெல்லிய பக்தி மணம் மகழும் ஸ்லோகங்களையும் நின்று நின்று திரும்பத் திரும்ப பார்த்து பார்த்து வியந்து நின்றார் பாபு. கற்பூரமும் நல்லெண்ணையும், நெய்யும் எரிந்து கலைவையாக வீசும் பழைய காலத்து "கோவில் வாசனையை" உள் மனம் தேடியது.

கோவிலை விட்டு இருவரும் வெளியே வந்தனர். செருப்புப் போடப் போன ராஜதுரையை விட்டுவிட்டு அந்த இடத்தை வெறித்து பார்த்தபடி பாபு நின்றிருக்க, "வாடா தெப்ப குளம் பாக்க போலாம், ஏன் அப்படியே நிக்கற" என்றார் ராஜதுரை. "ஏண்டா, இந்த இடம் எவ்வளவு அமைதியா, அழகா, விஸ்தாரமா இருந்தச்சு. இங்க இருந்த அந்த மகிழம்பூ மரத்தை ஏண்டா வெட்னானுங்க. எவ்வளவு பெரிய மேடையா இருந்த இடம்" என்று சொல்லியபடியே நின்றிருந்த பாபுவை பார்த்த ராஜதுரை, "ஏண்டா உனக்கு நான் விளக்கம் சொல்லிகிட்டே இருக்கணுமா? உலகம் மாறிகிட்டே இருக்குடா" என்றார்.

"இப்படி அழகாவும் அமைதியாவும் இருந்த இடத்தை சீர்குலைச்சு இங்க நாலு சிலையை வச்சு, நாலு கடை கட்டி விட எப்படித்தான் இவங்களுக்கு தோணுதோ?" என்று சொல்லியபடி மெல்ல ராஜதுரையுடன் நடக்க தொடங்கினார் பாபு. கோவிலுக்கும் தெப்ப குளத்துக்கும் இடையில் இருந்த திறந்தவெளி, கடைகளாலும் வீடுகளாலும் நிரம்பிப் போய் இருந்ததை பார்த்தபடியே தெப்பக் குளத்தை நோக்கி நடந்தனர்.

பிரம்மாண்டமான அந்தத் தெப்பகுளத்தை பார்த்த பாபு திடுக்கிட்டு போனார். படிக்கட்டுகள் சிதைந்து, அழகு குலைந்து படிகட்டில் இருந்த பாறைகள் தாறுமாறாக சிதறி கிடந்த அந்தக் காட்சியை கண்ட பாபு “கடவுளே” என்றபடி தலையில் கை வைத்துக் கொண்டார். “என்னடா கோலம் இது?” என்றார் பாபு. “ஏன் என்னாச்சு” என்றார் ராஜதுரை. “டேய் இந்த குளத்தோட அழகு ஒரு ஓவியம் போல என் மனசுல பதிஞ்சு கிடக்குதுடா. இந்த குளத்தோட சுற்றுச்சுவரும் அதை ஒட்டிப் பாறைகளால் ஆன நடை பாதையும் எத்தனை அழகுடா. இந்த சுற்றுச்சுவருக்குள் முக்கோணம் முக்கோணமா விளக்கேத்தறதுக்காக வச்சிருக்கிற இந்த ஆயிரக்கணக்கான மாடங்களை நீயே பாருடா. எத்தனை ஆயிரம் உழைப்பாளிகள் எத்தனை வருஷம் ஓயாம வேலை செஞ்சு இதை உருவாக்கி இருப்பாங்க. அதையெல்லாம் நினைச்சு பார்த்திருந்தா இப்படி இந்தக் குளத்தை யாராவது சீரழியவுட்டு இருப்பாங்களாடா? ஏன்டா நாம இப்படி இருக்கோம். மழையில்லை சரி. தண்ணியில்லை சரி. அதுக்காக நம்ம முன்னோர்களுடைய உழைப்பையும், திறமையையும், தீர்க்க தரிசனத்தையும் நாம துச்சமா மதிக்கலாமா? இப்படி குளத்துக்கு நடுவே மரமும் புதரும் வளர வுட்டது நியாயமாடா?” என்றார் பாபு.

“எல்லாம் சரிதாண்டா, இருக்கிற அத்தியாவசிய வேலைகளையே அரசாங்கத்தால செய்ய முடியல. இதுல சும்மா கிடக்கிற இந்த குளத்தை பராமரிச்சு அழகா வச்சுகிறதுக்கு செலவு பண்ண நம்ம நகராட்சி கிட்ட பணம் இருக்கணும்ல. நீயும் நானும் சொல்லலாம்..... ஆனா செய்றது யாரு? ரொம்ப வருஷம் கழிச்சு நீ இதை பார்க்கறதனாலே உன் மனசு துக்ககித்துப் போகுது” என்றார் ராஜதுரை.

“ஆனா இதை தினம் பாத்து பாத்து வாழ்ந்திட்டு இருக்கிற மக்களுக்கு இதோட அருமை புரியுமா என்ன?” என்றார். பேசியபடியே இருவரும் தெப்பக்குளத்தில் சுற்றுச்சுவரில் ஏறி அமர்ந்து குளத்தை பார்த்தபடி பேசாதிருந்தனர். வருடா வருடம் மழைக்காலத்தில் இந்தக் குளம் ஏரி நீரால் நிரப்பி ததும்பி வழிந்த காட்சி பாபுவின் மனக்கண்ணில் விரிந்தது.

அதேபோல் குளம் வற்றிய கோடைக் காலத்தில் இந்த குளத்துக்குள் இறங்கி ஆட்டம் போட்டு மகிழ்ந்த நாட்கள்

பாபுவின் மனசில் ஒரு திரைப்படக் காட்சியைப் போல் ஓடியது. அங்கே ஒரு இறுக்கமான மௌனம் நிலவியது.

"நீ என்ன நினைச்சுகிட்டு இருக்கேன்னு நான் சொல்லட்டுமா பாபு" என்றார் ராஜதுரை. "எங்க சொல்லுடா பார்க்கலாம்"என்றார் பாபு. "மழைக்காலத்தில் இந்தக் குளம் நிரம்பி ததும்பியதையும் நீர்வற்றிய கோடைகாலத்தில் நாம் இதற்குள் ஓடியாடி விளையாடியதையும்தானே நீ நினைத்துக் கொண்டிருந்தாய்" என்றார் ராஜதுரை.

பக்கத்தில் அமர்ந்திருந்த ராஜதுரையை தாவி கட்டிக்கொண்ட பாபு சத்தமாக "நண்பேண்டா" என்று கூறி பெரிதாக வாய் விட்டு சிரித்தார். "சரி கிளம்புவோம் வாடா. நல்ல பகல் நேரத்தில் மீண்டும் நாம் குளத்தையும் அருகிலுள்ள பெரிய ஏரியையும் பாக்கலாம். இப்ப வீட்டிற்கு போய் சாப்பிடலாம்" என்றார் ராஜதுரை.

★★★

3

காலையில் சீக்கிரமே கிளம்பி பெரிய ஏரியை நோக்கி இருவரும் நடந்தனர். உயர்ந்திருந்த கரையை நோக்கி நடக்க நடக்க பாபுவுக்கு நெஞ்சுக்குள் ஆர்வமும் படபடப்பும் தோன்றியது. மெல்ல நடந்து கரையை அடைந்த போது "பாருடா, உன் ஆசை தீர நாம விளையாடி மகிழ்ந்த, நீந்தி களித்த ஏரியை பாருடா" என்றார் ராஜதுரை.

"என்னடா இது அநியாயமா இருக்கு..... எவ்வளவோ பெரிய ஏரி இது இப்படியாடா தூந்து போய் கிடக்கும். ஏண்டா நாம கரையை விட்டு இறங்கி ஒரே ஓட்டத்துல ஏரிக்கு நடுவில் இருக்கிற இந்த அரண்மனைக்கு போவோமே அது உனக்கு ஞாபகம் இருக்கா" என்று கேட்டார் பாபு.

"ஆமா அதெல்லாம் மறக்க முடியுமா" என்றார் ராஜதுரை. "இப்ப என்னடா இவ்வளோ பெரிய காடு மாதிரி மரம் வளர்ந்திருக்கு. இதை ஏண்டா இப்படியே உட்டுட்டாங்க" என்றார் பாபு.

"என்ன பண்ணச் சொல்ற. ஏரிக்குத் தண்ணி வந்து எத்தனையோ வருஷம் ஆகுது. ஏதோ எப்பவாவது கொஞ்சமா பெய்யற மழை தண்ணி வர்றதால இந்த முள்ளுமரம் வளர்ந்து மண்டி கிடக்குது.

ஏரிக்குள்ள முள்ளு மரம் வளர்ந்து ஏரி தூந்து போச்சுன்னு கவலைப்படற முத ஆளா நான் உன்னதாண்டா பாக்குறேன்” என்றார் ராஜதுரை.

“இப்படி பேசறது உனக்கே ஞாயமா இருக்காடா? நம்ம முன்னோர்கள் தன்னோட சந்ததி நல்லபடியா இருக்கணும்னுதானடா இத்தே பெரிய ஏரியை உருவாக்கி, கரைகட்டி விவசாயத்துக்கு பயன்படற மாதிரி மதகு எல்லாம் அமைச்சு கொடுத்தாங்க. இப்ப இதப்பத்தி கவலைப்பட யாருமே இல்லேன்னா அதுக்கு என்ன அர்த்தம்னு எனக்கு புரியலையாடா ராஜதுரை” என்றார் பாபு.

நீ சொல்றது சரிதாண்டா, இந்த ஏரியை சுத்தி எவ்வளவோ வயக்காடு இருந்தது. அதெல்லாம் மெல்ல மெல்ல மறைஞ்சு போச்சு அப்படியே கொஞ்சம் இடது பக்கம் திரும்பிப் பாரு. வயல் இருந்த இடம் பாரு பூரா எவ்வளவு கட்டடம்” என்றார் ராஜதுரை. இடது பக்கம் திரும்பிப் பார்த்த பாபு, “ஆமாண்டா நீ சொல்லவும்தான் இதையெல்லாம் நான் பாக்கறேன். இதெல்லாம் என்னடா பெரிய பெரிய கட்டடமா கட்டி இருக்காங்க. 5 ஸ்டார் ஓட்டல் மாதிரி பெரிசு பெரிசா இருக்கே” என்றார் பாபு.

“இது ஹோட்டல் இல்லடா, இண்டர்நேஷனல் ஸ்கூல், 1ம் வகுப்பு முதல் 12ம் வகுப்பு வரைக்கும் இங்க பெரிய ஸ்கூல் வந்திருச்சு. புள்ளைங்க தங்கி படிக்கிற மாதிரி வசதியோட அமைஞ்சிருக்கு. நாமக்கல்ல கோழி வளக்குற மாதிரி இங்கதான் வருங்கால தலைமுறைய கோழி மாதிரி அடைச்சு வச்சு தீனி குடுத்து அறிவாளியா மாத்தி அனுப்புறாங்க.... பணக்கார வீட்டு பிள்ளைங்க இங்க வந்து தங்கி படிக்கிறாங்க. 1ம் வகுப்பிலிருந்து 12 வகுப்பு வரை எல்லா கிளாஸ் ரூம்லயும் ஏ.சி. போட்டிருக்காங்க. தங்கும் விடுதியிலும் முழுக்க ஏ.சி.தான். இப்படி ஒரு கிராமமா இருந்த ஊர், நகரமா வளர்ந்திடுச்சுன்னு நாங்க எல்லாரும் பெருமை படற நேரத்தில நீ ஒருத்தன்தான் ஏரிக்குள்ள முள்ளுமரம் முளைச்சிடுச்சின்னு கவலைபடறத நான் யாருகிட்ட போய் சொல்ல” என்றார் ராஜதுரை.

“டேய் நீயே சொல்லு, இது வளர்ச்சி இல்லடா, வீக்கம். நம்மளோட உண்மையான முகத்தை தொலைச்சிட்டு நவீனம் என்கிற போல முகமூடி போட்டுகிட்டு சுத்திகிட்டு இருக்கோம். அதுலேயும் வேடிக்கை என்னன்னா. ஒருத்தர் முகமூடியை பார்த்து

இன்னொரு முகமூடி போட்டவர் நல்லா இருக்கு, அருமையா இருக்கு, சூப்பரா இருக்கு அப்படீன்னு பாராட்டுறோம் பாரு அந்தக் கேவலத்தை நினைச்சுதாண்டா எனக்கு வருத்தமா இருக்கு" என்றார் பாபு. "சரிடா ராஜதுரை இந்த ஏரிக்கரை ஓரமா அப்படியே கொஞ்ச தூரம் நடந்துட்டு வரலாமா எனக்கு ஆசையா இருக்கு" என்றார் பாபு. சரியென்று இருவரும் கரையோரமாய் நடக்க தொடங்கினர்.

"அதோ அங்கேயும் பார்டா" என்று கையை நீட்டி சற்றுத் தொலைவில் இருந்த கட்டிடங்களை காட்டினார் ராஜதுரை. "என்னடா அது, பெரிய தொழிற்சாலை மாதிரி தெரியிது." "அதுவா... குடிநீர்தயாரிக்கிற தொழிற்சாலை அது... பலநூறு வருஷமா தன் மடியில இந்த ஏரி தேக்கி வெச்சிருக்கிற நிலத்தடி நீரை ஒரு கம்பெனிக்கு வித்துப் பெருமைத் தேடுறோம். ராட்சத இயந்திரங்களை வெச்சு ஆயிரம் அடி ஆழத்துல இருக்கிற தண்ணியக் கூட உற்ஞ்சி எடுக்கிறான். கேக்கதான் ஆள் இல்ல" என்றார் ராஜதுரை. "நாசமா போச்சு" என்று பாபு தலையில் அடித்துக்கொண்டான். "சரி சரி வா, நீ டென்சன் ஆகாதே" என்றபடி நடக்கத் தொடங்கினார் ராஜதுரை.

அங்கும் இங்கும் பார்த்தபடி ஏரியின் கரையோரமாய் இருவரும் நடக்க சற்று தூரத்தில் இருந்த ஓங்கி வளர்ந்த அரச மரத்தடியை அடைந்தனர். பாபு ஓடிச்சென்று அந்த அரச மரத்தை கட்டிப்பிடித்து முத்தம் இட்டான். "நல்ல வேளைடா ராஜதுரை, வளர்ச்சி என்கிற போல இந்த மரத்தை வெட்டாம உட்டீங்களே அதுக்காக இந்த ஊர் ஜனங்களுக்கு நன்றி சொல்றேன்டா. ஞாபகம் இருக்காடா இந்த மரம்தான் நமக்கு போதி மரம். நாம இந்த ஏரியில ஆசை தீர குளிச்சதுக்கும், இந்த ஏரிக்குள்ள இருக்கிற அரண்மனையில ஓடி ஓடி விளையாண்டு களைச்சி போனதுக்கும் ஒரே சாட்சி இந்த மரம்தாண்டா.

45 வருஷத்துக்கு முன்னாடியே ஓங்கி உயர்ந்து நின்ன இந்த மரத்துக்கு நிச்சயம் 100 வயசுக்கு மேல இருக்கும்தானே. இந்த ஏரி ரொம்பி வழிஞ்சி இந்த கரைகள்ல அலையடிச்ச அந்த காட்சிகளை இந்த மரத்தால மறக்க முடியுமாடா? எத்தனையோ விதமான மனிதர்களை உன்னையும் என்னையும் சேர்த்து பார்த்து பார்த்து ரசித்த இந்த மரம் கடந்த காலத்தோட ஒரு மௌன சாட்சியா நிக்கறத பாரு. சுட்டு எரிக்கும் வெயில்ல நாம

விளையாண்டு களைச்சு இந்த மரத்தடியிலே எத்தனை நாள் உட்கார்ந்து கதை பேசி இருப்போம்டா. அன்னைக்கு நம்மளோட விளையாண்டு மகிழ்ந்த கருணாகரனும் ராமதாசும் நடராஜனும் இப்போ இல்லேங்கறது உனக்கும் எனக்கும் எவ்வளவு வருத்தமோ அதே அளவு வருத்தம் இந்த மரத்துக்கும் இருக்கும்னு நான் நினைக்கிறேன்" என்றார் பாபு.

★★★

4

ராஜதுரையைச் சந்தித்த மூன்றாவது நாள் இருவரும் மணிமாறனை சந்திக்க கிளம்பினர். மணிமாறன் வீடு ஊருக்கு வெளியே இருப்பதாகவும் அந்த இடமே ஒரு ரம்யமான இடமாக இருக்கும் என்று கூறி ராஜதுரை பாபுவை அழைத்துப் போனார். சொன்னது போலவே ஊருக்கு வெளியே வெகு தொலைவில் மணிமாறன் வீடு அமைந்து இருந்தது. ஒரு அழகிய கட்டிடத்தைச் சுற்றி ஏராளமான மரங்களும் செடி கொடிகளும் சூழ்ந்து இருக்க வீட்டின் இடது பக்கம் ஒரு சிறு பிள்ளையார் பிரதிஷ்டை செய்யப்பட்டு இருந்ததைப் பார்த்த போது அந்த இடம் ஒரு நந்தவனம் போல் காட்சி அளித்தது.

வீட்டிற்கு வெளியே மணிமாறன், ஜோதிடர் என்ற பெயர்ப் பலகை தெரிந்தது. வராண்டாவில் இரண்டு வாடிக்கையாளர்கள் காத்திருப்பது தெரிந்தது. ராஜதுரை பாபுவை நோக்கி "ஏழாம் வகுப்பு இறுதியில் பள்ளிப் படிப்பை மணிமாறன் நிறுத்தியது உனக்கு நினைவு இருக்கா?" என்றார்.

"அதெப்படிடா மறக்க முடியும். கணித மேதை ராமானுஜத்திற்கு இணையானவன் என்று நமது கணக்கு வாத்தியாரால் புகழப்பட்ட மணிமாறன், பள்ளிக்கூடம் வருவதை நிறுத்தியதை எண்ணி நாமெல்லாம் எவ்வளவு வருத்தப்பட்டோம் என்பது இன்றும் என் நினைவில் இருக்கு" என்றார்பாபு.

"மணிமாறன் தன் குடும்ப கஷ்டத்தை போக்குவதற்காக அனுதினமும் பாடுபட்டான். தன் உழைப்பால் உயர்ந்து தன் தங்கச்சிகளுக்கு கல்யாணம் பண்ணி வச்சு, தானும் 30 வயசுக்கு மேலேயே கல்யாணம் செய்து கொண்டான். தன் அறிவுக்கூர்மையாலும், உழைப்பாலும் இன்று ஒரு புகழ் பெற்ற ஜோதிடனாக வாழ்ந்து வருகிறான். உனக்கு தெரியுமில்ல,

ஜோதிடம் பயில்வது ஒன்றும் அத்தனை சுலபமான காரியம் அல்ல. கணிதத்தில் திறனும் அதீத ஞாபக சக்தியும் உள்ள ஒருவரால்தான் ஜோதிடம் பயில முடியும், வெற்றிகரமான ஜோதிடராகப் பேர் வாங்க முடியும்" என்றார் ராஜதுரை.

"நம்மோடு படிக்கிற காலத்துல கணக்கு போடுவதில் சூப்பர்மேன் ஆக விளங்கிய மணிமாறன் அதையே இன்று தன் தொழிலாக மாற்றிக் கொண்டதுதான் ஒரு மகிழ்ச்சியான செய்தி" என்றார் ராஜதுரை. இருவரும் பேசிக் கொண்டிருந்த நேரத்திலேயே அங்கிருந்த வாடிக்கையாளர்கள் கிளம்பி போவதை பார்த்து இருவரும் மெல்ல உள்ளே நுழைந்தனர். உள்ளே நுழைந்த இருவரையும் பார்த்து, மணிமாறன், "வாடா ராஜதுரை, ரிடையர்ட் லைப் எப்படி இருக்கு?" என்று விசாரித்தபடி இருவரையும் உட்காரச் சொன்னார்.

இருக்கையில் அமர்ந்த ராஜதுரை மணிமாறனை பார்த்து "சார் என்னோட பிரண்ட், இதுமாதிரி ஜோசியம் பார்க்கணும்னு சொன்னாரு, அதான் அழைச்சிகிட்டு வந்தேன்" என்று சொல்லி பாபுவை பார்த்து கண் சிமிட்டினார். உடனே மணிமாறன் பாபுவைப் பார்த்து "சொல்லுங்க சார், வணக்கம் எந்த ஊர்ல இருந்து வந்திருக்கீங்க, என்ன விஷயம் ஜாதகம் கொண்டு வந்திருக்கீங்களா?" என்று வழக்கப்படி விசாரித்தார். குறுக்கே புகுந்த ராஜதுரை "சார் பேரு பாபு, 45 வருஷத்துக்கு முன்னாடி இதே ஊர்ல நாம படிச்ச பள்ளிக்கூடத்துல "பி" செக்க்ஷன்லதான் இவரு படிச்சாரு" என்றார்.

அதைக் கேட்டு அதிர்ந்த மணிமாறன், "டேய் பாபு நீயாடா, எவ்வளவோ வருஷம் ஆச்சு இத்தனை வருஷமா நீ எங்கடா போயிருந்த? இத்தனை வருஷம் கழிச்சும் எங்களைப் பாக்க வந்திருக்கியேடா நான் என்னன்னு சொல்றதுடா வாடா வாடா எங்க வாழ்க்கையில இது ஒரு மகிழ்ச்சியான நாள்டா" என்று பாபுவை கட்டிக்கொண்டார்.

தன் பால்ய சினேகிதனை சந்தித்த மகிழ்ச்சி தாளாமல் மணிமாறன் ஆனந்தக் கூத்தாடினார். "ஏண்டா பாபு, இத்தனை வருஷம் எங்க இருந்த, எப்படி இருந்தன்னு சொல்லுடா" என்று கேட்டார். "சொல்ல பெரிசா ஒண்ணும் இல்லைடா, இங்கிருந்து போனதும் அப்பாவோட பாம்பேக்கு குடும்பத்தோட குடி போனோம். படிச்சு முடிச்சு வேலைக்கு போயி, கல்யாணம்

பண்ணி ஒரு பொம்பளைப் புள்ளையும் இருக்கு. அந்தப் பெண் அவனோட படிச்ச ஒரு பையனை காதலிச்சு கல்யாணம் பண்ணி டெல்லியில செட்டில் ஆகிட்டா. மகளைப் பிரிய மனசு இல்லாத என் மனைவி, மகளோடு போய் துணையா இருக்கா. நான் தனிக்காட்டு ராஜாவா ஒரு தொழிற்சங்கத் தலைவரா, சமூக பணியாளரா எனக்கு புடிச்ச மாதிரி வாழ்ந்துகிட்டு இருக்கேன். அப்துல்கலாம் அறக்கட்டளைங்கற பேர்ல அறக்கட்டளை நிறுவனம் தொடங்கி ஏழைக் குழந்தைகள் படிப்புக்கும், ஆதரவற்ற பெண்கள் மற்றும் விதவைகள் மறுவாழ்வுக்கும் உதவிகிட்டு இருக்கேன். குடும்ப வாழ்க்கைல பெரிய ஈடுபாடு இல்லாம "வெளிமனிதனா" வாழ்றதுக்கு என் மனைவியும் என்னை புரிஞ்சிகிட்டு உதவியபடி இருந்தாங்க.. ஓயாம உண்ணாவிரதம், ஊர்வலம்னு காலம் போச்சு சுருக்கமா சொன்னா, எனக்குப் புடிச்ச மாதிரி வாழ்ந்துகிட்டு இருக்கேன்."

இப்பவும் எந்த அநீதிக்கும் அனுசரிச்சுப் போகத்தெரியாத என்னோட குணத்தாலதான் ரிட்டையர் ஆகப் போற காலத்துல என்னை பழி வாங்கறதா நினைச்சு தமிழ்நாட்டுல இருக்கிற ஒரு மூலைக்குத் தூக்கி அடிக்கணும்னு அந்த முட்டாளுங்க என் உயிரோடும் உணர்வோடும் கலந்துள்ள நம்ம ஊருக்கே கொண்டு வந்து போட்டு இருக்கானுங்க" என்று சுருக்கமாகத் தன் கதையை சொல்லி முடித்தார்.

"கரெக்ட்டா பாபு, 7ம் கிளாஸ்ல சரித்திர ஆசிரியர் சுதந்திர போராட்ட காலத்துல பிறந்து இருந்திருந்தா நீங்க யாரா ஆயிருப்பீங்கன்னு ஒவ்வொருத்தரையும் கேட்டப்ப நீ சொன்ன பதில் இன்னமும் என் மனசுல இருக்குடா" என்றார் மணிமாறன்.

பாபு ஆச்சரியத்துடன் மணிமாறனை பார்த்து "எனக்கே அதெல்லாம் ஞாபகம் இல்லை. நீ என்னடா இவ்வளவு ஞாபகமா சொல்ற, அப்படி நான் சரித்திர ஆசிரியரிடம் என்னதாண்டா சொன்னேன்?" என்று கேட்டார்பாபு. "நீ என்ன சொன்ன தெரியுமா? நான் பகத்சிங்கா பிறந்திருப்பேனனு சொன்ன. ஏன்னா அவன்தான் தைரியமா பார்லிமென்டுல குண்டு போட்டான்னு சொன்னே. ஏன்னா அந்த வாரம்தான் அந்தப் பாடத்தை நம்ம வாத்தியார் நடத்தி இருந்தார். அந்த சம்பவத்தை அவர் பாடம் நடத்தும்போது ரொம்ப விரிவாவும் உணர்ச்சி பெருக்கோடும் நடத்துனது இன்னைக்கும் எனக்கு ஞாபகம் இருக்கு" என்றார் மணிமாறன்.

“அப்படியாடா நான் சொன்னேன்” என்று கேட்டு பாபு சிரித்தான். “ராஜதுரை எனக்கு அதெல்லாம் ஞாபகம் இல்லையேடா” என்று சொல்லி “ஞாபக சக்திக்குப் பேர்போன மணிமாறன் சொன்னா அதுல தப்பு இருக்க வாய்ப்பே இல்லை” என்று கூற மூவரும் வாய்விட்டு சிரித்தனர்.

“சின்ன வயசுல நம்ம கிட்ட இருக்கிற தைரியம், வீரம், நேர்மை, தேச பக்தி எல்லாம் வளர வளர, நிஜ வாழ்க்கையில் சங்கடங்களை சந்திக்க சந்திக்க, தேஞ்சு போகுதுன்னுதான் சொல்லணும். ஆனாலும் தேஞ்சு போலாமே தவிர, அடி மனசுல, சின்ன வயசுல நமக்குள்ள உண்டான நல்ல கருத்துக்களை நாம வாழ்நாள் பூரா தொலைச்சிடாம வாழ்ந்தோம்னா அதுதான் வாழ்க்கையில வெற்றினு நான் நம்பறேன். தமிழய்யா நமக்கு சொல்வாரில்லை.... மனிதனா பொறந்தா அவனுக்கு ஒரு லட்சியம் இருக்கணும்னு, அது அந்த வயசுல என் மனசுல ஆழமா பதிஞ்சுது. அத நான் தொலையாம காப்பாத்தி வந்தேன். அப்படித்தான் இவ்வளவு நாளும் என் வாழ்க்கை போச்சு” என்றார்பாபு. வீட்டுக்கு வந்த நண்பர்களை ஆசை தீர உபசரித்து வாய்விட்டு பேசி சிரித்து அவர்களை அனுப்பி வைத்தார் ஜோதிடர் மணிமாறன்.

★★★

5

பாபுவும் ராஜதுரையும் சந்திக்க ஆரம்பித்த 10 நாளாக தினமும் மாலை வேளையில் பெரிய ஏரி, சின்ன ஏரி, சிவன் கோவில், தெப்பகுளம் என்று மாறி மாறி மாலைப் பொழுதுகளில் ஊரைச் சுற்றி வந்தனர். நாள் முழுவதும் பள்ளிக்கூட நாட்களில் நடந்த சங்கதிகளைப் பற்றியும் வகுப்பில் அடி வாங்கியது, விளையாடியது, கைத்தொழில் வகுப்பில் வாய் ஓயாமல் கதை பேசியது என்று ஒவ்வொரு நிகழ்வாக பேசிப் பேசி மகிழ்ந்தனர்.

ஒரு நாள் பாபு தனது வகுப்பு மற்ற நண்பர்கள் எல்லோரையும் சந்திக்க வேண்டும் என்றும் எல்லோரோடும் சேர்ந்து ஒரு மதிய உணவு விருந்து உண்ண வேண்டும் என்றும் ராஜதுரையிடம் கேட்டுக் கொண்டார்.

பதிலுக்கு ராஜதுரை தொடர்பில் உள்ள நண்பர்கள் அனைவரையும் அழைத்து வருவதாக உறுதி கூறினார். அதைப்பற்றி இருவரும் ஆலோசித்தனர். கடைசியில் திட்டத்தை பாபுவே முண்வைத்தார்.

"நீ நம்ம ஸ்கூல்லேயே தலைமை ஆசிரியரா இருந்திருக்க, எனக்கென்ன ஆசைன்னா, நம்ம நண்பர்கள் எல்லோரும் நாம படிச்ச பள்ளிக்கூடத்திலேயேக் கூடலாம்" என்று யோசனை சொன்னார்.

இந்த யோசனை ராஜதுரைக்கும் பிடித்துப் போனது. எனவே அந்த வாரமே ஞாயிற்றுக்கிழமை நமது பள்ளிக்கூடத்திலேயே கூடி உணவு உண்டு பேசி மகிழ்வது என்று திட்டமிட்டு அதற்கான ஏற்பாடுகளைத் தாம் செய்வதாக ராஜதுரை சொன்னதற்கு பாபு மகிழ்ந்து போனார்.

சொன்னபடியே அந்த ஞாயிற்றுக்கிழமையும் வந்தது. காலை 10 மணிக்கு முன்பாகவே பாபு, ராஜதுரை மற்றும் அந்தக் காலத்தில் ஒன்றாக படித்த மாணவர்கள் பலரும் கூடினர். பாபுவும் ராஜதுரையும் வகுப்புக்குப் போய் சேர்ந்த சற்று நேரத்திலேயே மணிமாறன், பெரியசாமி, அன்பழகன், சம்பத், ஜான்சன், தமிழ்வாணன் எனப் பலரும் ஒன்றாக வந்து சேர்ந்தனர். பாபுவைக் கண்ட நண்பர்கள் கட்டிப்பிடித்து தங்கள் மகிழ்ச்சியை வெளிப்படுத்தினர். சற்று நேரத்தில் இவர்களோடு படித்த பெண்களுக்கான "இ" செக்ஷனைச் சேர்ந்த விமலாவும் தன் கணவரோடு வந்து சேர்ந்தார். நேரம் ஆகஆக நண்பர்கள் நடராஜன், பாஸ்கர், அழகேசன், கோபால கிருஷ்ணன், ராஜேந்திரன் சந்திரசேகர், கருணாநிதி என்று நண்பர்களை ராஜதுரை அழைத்திருக்க அனைவரும் கூடி இருந்தனர்.

பாபு நண்பர்களைப் பார்த்து "நீங்கள் எல்லோரும் அன்றைக்கு அவரவர்கள் உட்கார்ந்திருந்த இடத்திலேயே இன்று உட்காருங்கள்"என்று கேட்டுக்கொண்டார். அங்கு வந்திருந்த நண்பர்கள் 45 வருடத்தில் முன் அவரவர்கள் உட்கார்ந்திருந்த இடத்தில் உட்காரும்போது வகுப்பே நிறைந்தது போல இருந்தது.

வகுப்பின் உள்ளே நுழைந்ததும் உள்ள முதல் பெஞ்சில் பாபு சம்பத், மணிமாறன் மூவரும் உட்கார்ந்து கொண்டனர். அவர்கள் மூவரும் படிக்கும் காலத்தில் ஆறாம் வகுப்பிலிருந்து உள்ளே நுழைந்ததும் முதல் மூன்று மாணவர்களாக உட்கார்ந்து இருந்ததை எண்ணி மகிழ்ந்தனர்.

45 வருடங்களுக்கு பிறகு இப்படி கூடிப் பேசி மகிழ்ந்து களிக்க கிடைத்த சந்தர்ப்பத்தை ஏற்படுத்தியதற்காக பாபுவை எல்லோரும் புகழ்ந்தனர். சரியான நேரத்திற்கு உணவு வர அனைவரையும் உட்கார வைத்து பாபுவே பரிமாறினார்.

உணவு உண்டு முடிந்ததும் ஒய்வாக எல்லோரும் வகுப்பறையை விட்டு வெளியே வந்து உலாவத் தொடங்கினர். கூடைப் பந்து மைதானத்தை ஒட்டிய பெரிய மரங்களின் நிழலில் அமர்ந்து ஆளாளுக்கு பழைய கதைகளை வாய் ஓயாமல் பேசி சிரித்தனர். இதே ஊரிலிருந்தும் 45 வருடத்தில் தாம் ஒரு முறை கூட பள்ளிக்கூடம் பக்கம் வரவில்லை என்று தன்னைப் பற்றி கூறி தானே சிரித்துக் கொண்டார் ராஜேந்திரன்.

கூடவே தண்டபாணியும் ராஜுவும் கூட, “நாங்ககூட இத்தன வருஷத்தல ஒரு தடவைக் கூட இந்தப் பக்கம் வந்ததில்லை” என்றனர். “பாபுவோட புண்ணியத்துல இன்னைக்குதான் இப்படி ஒரு பாக்கியம் கிடைத்தது என்று சொல்லி சிரித்தனர். “டேய் கருணாநிதி, அந்தக் காலத்தில் கைத்தொழில் வகுப்பில், எல்லாரும் உன்னைச் சுத்தி உக்காந்திருக்க, வாய் ஓயாம கதை சொல்லுவியே “கட்டுக்கதை மன்னா” இன்னைக்கு ஒரு கதை சொல்லுடா” என்று பாபு கூற, கூட்டமே வாய்விட்டு சிரித்தது.

பேச்சின் நடுவே பாபு ஊரிலுள்ள இரண்டு ஏரிகள் சீர்கெட்டு கிடப்பதையும் அவைகளை எப்படியாவது சரி செய்ய வேண்டும் என்ற தன் ஆசையையும் வெளிப்படுத்தினார். நண்பர்களுக்கு இந்த பேச்சு வித்தியாசமாக பட்டாலும் அதை சரியென்று ஆமோதிக்கவும் செய்தனர். பேசிப்பேசி இந்த முயற்சியை நிச்சயம் தொடங்க வேண்டும் என்று ஏகமனதாக ஒப்புக்கொண்டனர். விமலாவின் கணவராக வந்திருந்த சத்தியவான் இந்த விஷயத்தில் மிகுந்த ஆர்வம் காட்டினார். தான் இந்த ஊரில் வட்டாட்சியராக இருப்பதாகவும் தன்னால் இந்த விஷயத்தில் நிச்சயம் உதவ முடியும் என்றும் உறுதிபட கூறினார்.

அதீத கடவுள் பக்தனாக அறியப்பட்ட சண்முகம் ஒரு மாற்று யோசனை சொன்னார். “ஏரியை சுத்தப்படுத்தலாம் வா என்றால் யாரும் வர மாட்டார்கள். நம்ம ஊர் பகுதியில் வருடம் ஒரு முறை ஞானிகள் விழா சிறப்பாக நடைபெறுவது வழக்கம். வரும் மாதத்தில் நடக்க இருக்கும் ஞானிகள் விழாவை நாம் நம் பெரிய ஏரியிலுள்ள அரண்மனை வளாகத்தில் நடத்துவதாக அறிவித்தால் பொது மக்கள் ஆர்வத்தோடு கலந்து கொண்டு உதவுவார்கள்” என்றார்.

இதை ஆமோதித்த அந்த பள்ளிக்கூடத்தின் இன்றைய தலைமை ஆசிரியர், “இது ஒரு நல்ல திட்டம். நிச்சயமாக இது வெற்றி பெறும். நானும் கூட நமது பள்ளிக்கூடத்தில் உள்ள என்.சி.சி

மற்றும் என்.எஸ்.எஸ் மாணவர்களை இந்த பணிக்கு உதவியாக அனுப்ப முடியும”என்றார்.

பள்ளியின் தலைமை ஆசிரயர் கூறியதை கேட்ட பாபு அதீத மகிழ்ச்சி அடைந்தார். “சார், உங்களைப் போல ஒருத்தர் உதவ முன் வரும்போது, எனக்கென்னமோ பெரிய ஏரியை புதுப்பிக்கிற பணி நிச்சயம் வெற்றியடையும் என்ற நம்பிக்கை எனக்கு வந்திருச்சி” என்று பாபு கூறிய போது அனைவரும் கை தட்டி ஆரவாரம் செய்தனர்.

இடையில் புகுந்த மணிமாறன் “இந்த ஊர் பெரிய மனுஷங்க, டாக்டர், வக்கீல் போன்ற ஆளுங்க பல பேர் எங்கிட்ட சோதிடம் கேட்டு வர்றவங்க. என்னக் கேட்காம எந்த காரியமும் செய்யாத பல பணக்காரங்க இருக்காங்க. அதிலேயும் நம்ம பாபு மாதிரி நாட்டுக்கு ஏதாவது செய்யணும்னு ஆசைப்படறவங்க என்னோட லிஸ்டுல இருக்காங்க. நான் அவங்க கிட்ட எல்லாம் பேசி நிச்சயமா இதுக்கு என்னால முடிஞ்ச எல்லா உதவியும் செய்ய முடியும். ஏன்னா எனக்கு கூட நம்ம பெரிய ஏரி அந்த காலத்தில நாம விளையாடி மகிழ்ந்த மாதிரி அழகோடும் பொலிவோடும் இருக்கணும்கிற ஆசை இருக்கு. இதையெல்லாம் யாரு செய்யப் போறாங்கன்னுதான் நான் நினைச்சிகிட்டு இருந்தேன். ஆனா இன்னைக்கு 45 வருஷம் கழிச்சி நம்ம ஊருக்கு வந்த என்னோட உயிர்தோழன் மூலமா இது நடக்கணும்கிறது கடவுளோட சித்தம் போல இருக்கு. அதனால டேய் பாபு கவலைப்படாதடா இந்த வேலையை நாம வெற்றிகரமா முடிக்கிறோம்” என்றார் சோதிடர் மணிமாறன்.

இடையில் ஒரு குரல் சம்பத்திடம் இருந்து வந்தது. “எப்படிடா மணி, சிவன் கோவிலிலிருந்து பெருமாள் மலைக்கு சுரங்கத்தை கண்டுபுடிச்ச மாதிரியா” என்ற போது மொத்த நண்பர்கூட்டமும் குலுங்கி குலுங்கி சிரித்தது.

சிரிப்பலை ஓய்ந்ததும் சம்பத், “பாபு, என்னோட டைப்ரைட்டிங் இன்ஸ்டிடூட்டில படிக்கிற பசங்கள்ல துடிப்பான 20 பசங்க கிட்ட சொல்லி, உன்னோட திட்டத்துக்கு உதவியா இருக்கச் சொல்றேன்” என்ற போது கூட்டம் மீண்டும் கைதட்டி ஆரவாரம் செய்தது.

★★★

6

பள்ளிக்கூடத்தில் நண்பர்களை எல்லாம் சந்தித்து மகிழ்ந்த பாபுவுக்கு அடுத்தடுத்து அலுவலக வேலைகள் காத்திருந்தன. பேங்கில் ஆடிட்டிங் நடைபெற்றதால் ஒரு வார காலம் பாபு வேறு எந்த சிந்தனையுமின்றி அதில் மூழ்கி போனார். ஒரு வாரம் முடிந்து அலுவலக பணிச்சுமை குறைந்த பின் மீண்டும் ராஜதுரையை அழைத்துக் கொண்டு மாலைப் பொழுதில், "வாடா நாம ஏரிக்கு போய் நம்ம மரத்தடியில் உட்கார்ந்து பேசிகிட்டு இருக்கலாம்" என்றபடி ஏரியை நோக்கி நடந்தனர்.

சாலையிலிருந்து உயர்ந்து நின்ற ஏரியின் கரையை அடைந்த பாபு மீண்டும் திடுக்கிட்டு போனார். "என்னடா ராஜதுரை அதிசயமா இருக்கு? ஒரு பகுதி முழுக்க மண்டிக்கிடந்த புதரையும, மரங்களையும் காணோம்?" என்றார் பாபு. "இன்னும் கொஞ்சம் நல்லா பார்றா அந்த மரத்துக்கு பின்னாடி என்ன நிக்குதுனு பாரு" என்றார் ராஜதுரை. "ஆமாண்டா, ஒரு புல்டோசர் நிக்குது. யார் இந்த வேலையை எனக்கு சொல்லாமலேயே செஞ்சது" என்றார் பாபு வியப்பு மேலிட.

"இதுக்கு காரணம் மணிமாறன். அவன் கிட்ட இருக்கிற அவனோட வாடிக்கையாளர் ஒரு பெரிய உர வியாபாரி. நம்ம ஊர்லதான் இருக்காரு. எல்லா உரங்களுக்கும் அவர் தான் இந்தப் பகுதிக்கு டீலர். சுத்து வட்டாரத்துல உள்ள 50 கிராமங்களிலிருந்தும் எல்லா உர வியாபாரிகளும், விவசாயிகளும் அவர்கிட்டதான் உரம் வாங்குவாங்க. எக்கச்சக்கமா பணம் புரள்ற இடம். ஆனா மணிமாறனைக் கேட்காம எந்த காரியமும் பண்ண மாட்டாரு.

மணிமாறன் நம்ம ஏரி சீரமைப்பு திட்டத்தை சொன்னதும், எத்தனையோ கோயிலுக்கும் எதுஎதுக்கோ பணம் கொடுக்கிறேன். இது மிக அற்புதமான காரியம். நம்ம ஊர் ஏரியை எங்கிருந்தோ வந்த புள்ள சீராக்கணும்னு நினைக்கிறான் பாரு அதுக்காக எவ்வளவு வேணும்னாலும் தரலாமன்னு சொல்லி அவரு தன்னோட செலவுல இந்த மரங்களையும், புதரையும், நீக்கி சுத்தம் பண்ணித் தர ஒத்துகிட்டாரு. ஒத்துகிட்டது இல்லாம ரெண்டு நாள் முன்னாடியே அதுக்கான ஏற்பாட்டை பண்ணிட்டாரு. நிச்சயமா இன்னும் 10 நாளைக்கு வேலை இருக்குன்னு சொல்லிட்டாரு. நான் உன்னை ஆச்சரியபடுத்தணும்னுதான் இந்த விஷயத்தை

போன்லகூட நேத்து பேசும்போது சொல்லாம இருந்தேன" என்றார் ராஜதுரை.

"அருமைடா அருமை, எனக்கு சந்தோஷத்துல தலை கால் புரியல" என்றார் பாபு. "என்னடா இதுக்கே ஆச்சரியப்படற? இன்னும் நிறைய வேலைகள் நடக்க போகுது. அன்னைக்கு வந்த தாசில்தார்கிட்டயும் சொல்லி பர்மிஷன் வாங்கியாச்சு. ஒரு குருப் ஆளுங்க சிதிலமடைஞ்சு கிடக்கிற அரண்மனையை முடிஞ்ச வரைக்கும் சரி பண்ணலாம்னு சொல்லியிருக்காங்க. தரையிலிருந்து 15/20 அடி உயரம் வரை அந்த கருங்கல் படிக்கட்டெல்லாம் சிதைஞ்சு தாறுமாறா கிடக்கிறத நீதான் அன்னைக்கு பாத்தியே. அதை முத சரி பண்ணாதான் படிகட்டு மேல சுலபமா ஏரி அரண்மனைக்குள்ள போயி மத்த வேலைகளை செய்ய முடியும்.

நாளைக்கு அந்த வேலையையும் ஆரம்பிக்கலாம்னு இருக்கோம். இதில்லாம எங்க பள்ளி தலைமை ஆசிரியர் நம்ம ஊர்ல இருக்கிற மத்த 2 ஸ்கூல் எச்.எம். கிட்டயும் பேசி என்.சி.சி.ல என்.எஸ்.எஸ்.சில் இருக்கிற பசங்களை இந்த வாரம் சனி ஞாயிறுல களத்துல இறக்கறதா சொல்லி இருக்கிறாரு. இதில்லாம இன்னோர் நண்பர் அரண்மனையோட வெளிப்பக்கத்தை முடிஞ்சவரைக்கும் கலவை வச்சு பூசி சுண்ணாம்பு அடிக்கிறது இல்லாம கொஞ்சம் கலாபுல்லா செஞ்சி தரேன்னு சொல்லி இருக்கிறாரு" என்றார் ராஜதுரை.

"ஏ நிஜமாவாடா? சத்தியமா என் காதை என்னால நம்ப முடியல." என் சந்தோஷத்தை எப்படி சொல்வது என்று தெரியவில்லை" என்றார் பாபு.

"இதுல பிரச்சனை என்னன்னா, இந்த அரண்மனை முழுக்க சுண்ணாம்பும் மணலும் கலந்து பழைய கால முறைப்படி காரையில கட்டி இருக்காங்க. அதை எப்படி இன்னைக்கு இருக்கிற சிமெண்ட் கலவையை பயன்படுத்தி சரி பண்ணலாமனு நம்ம கிளாஸ்ல படிச்ச என்ஜினியர் சேகர் ஆராய்ச்சி பண்ணிகிட்டிருக்கான். அநேகமா நாளைக்கு அவன்கூட இந்த வேலையாட்களப் பார்த்து பேசி அவங்களுக்கு வழி முறையை சொல்லித் தருவான்னு நினைக்கிறேன்" என்றார் ராஜதுரை.

ஏரியின் கரை மீது அமர்ந்து அரச மரத்தடியில் பலமாக வீசுகிற காற்றை அனுபவித்தபடி இருவரும் ஏரியின் நடுவில் காலங்களை கடந்து கம்பீரமாய் நிற்கும் அரண்மனையை பார்த்தபடி சில

நிமிடங்கள் பேசாதிருந்தனர். அரண்மனையைத் தாண்டி ஏரி பல மைல் தூரம் நீண்டு கிடந்தது. அதற்கு பின்னால் பச்சை பசேல் என்று அடுக்கடுக்காய் பச்சை மலைத் தொடர் கிழக்கு மேற்காக நீண்டு வளர்ந்து கிடந்தது. மாலை வெயிலில் ஏரியும், ஏரியைச் சுற்றியுள்ள மலைத்தொடர்களும் பரவசமூட்டியது. மாலைப் பொழுதின் குளிர்ந்தக் காற்று கொண்டு வந்த, கடந்து போன காலத்தின் இனிய நிகழ்வுகளில் மூழ்கி இருவரும் பேசாதிருந்தனர். மௌனத்தை கலைத்த பாபு, “ஏண்டா ராஜதுரை ஏரியில் தண்ணி வழிந்த காலங்களில் எவ்வளவு நீர்க்கோழிகள் சுற்றித்திரியும், அதெல்லாம் உனக்கு ஞாபகம் இருக்கா? என்றார்பாபு.

வாய்விட்டு சிரித்த ராஜதுரை, “ஏண்டா பாபு அந்தக் காலத்திலிருந்து உனக்கு நீர்க்கோழி மீது அப்படி என்ன பாசம்டா. சின்ன பிள்ளையா விளையாடற காலத்துல நீ அடிக்கடி சொல்வே ஒரு நாளாவது ஒரு நீர்க் கோழியைப் பிடித்து கொஞ்சி விளையாடி, பின் விட்டுடணும்னு இப்ப நீர்க்கோழி பத்தி கேட்டதும் எனக்கு அந்த ஞாபகம் வந்திருச்சு” என்றார் ராஜதுரை.

“ஆமாண்டா, இன்னைக்கும் எனக்கு அந்த ஆசை இருக்குதுன்னுதான் சொல்லணும். இதுல புரியாத மர்மம் என்னன்னா இப்ப இருக்கிற ஏரிக்கு தண்ணி வந்து எத்தனையோ வருஷம் ஆச்சுன்னு நீ சொல்ற. ஆனா பாரு ஒரு வேளை நாளைக்கு ஏரியில தண்ணி வந்திருச்சின்னா இந்த நீர்க்கோழி எல்லாம் எங்கிருந்தோ வந்து, அந்த தண்ணியில லாவகமா நீந்தறதும், சட்டுனு தண்ணிக்குள்ள போய் மறைஞ்சு போயிடறதும் பெரிய அதிசயம் இல்லையாடா. வறண்டு போன ஏரியில தண்ணி வந்த அந்த சூட்டோடு சூடா அதுங்க எங்கிருந்து வருதுண்ணு யாருக்கடா தெரியும். எத்தனையோ அதிசயங்கள் இயற்கையில நடக்குது என்றால் இதுவும் ஒரு ஆச்சரியமாத்தான் இருக்கு” என்றார் பாபு.

மெல்ல இருள் கவியத் தொடங்கியதும் “சரி கிளம்பலாம் வாடா” என்ற ராஜதுரையைப் பார்த்து “இன்னும் செத்த நேரம் இருடா, வெளிச்சம் மங்க மங்க இந்த மலைத் தொடர்கள் பச்சையாக இருக்கறது கரும்பச்சையாக மாறத பார்க்கிறப்ப ஒரு பெரிய அசுரன் புரண்டு படுக்கிற மாதிரி இருக்கும்டா” என்றார் பாபு.

மேலும் அஞ்சு பத்து நிமிஷம் அவர்கள் பேசிக்கொண்டு இருக்கும் போதே புல்டோசர் வெட்டி தள்ளிய புதர்வெளியிலிருந்து

இரண்டு சாரைப் பாம்புகள் இவர்களைப் பார்த்தபடி ஏரிக்கரையைக் கடந்து மறு பக்கம் போனதை அச்சத்தோடும் பயத்தோடும் பார்த்த இருவரும் கிளம்பி விட்டனர். விழாவுக்கான தேதி நெருங்கிக் கொண்டிருந்தது.

★★★

7

ஏற்கனவே பேசியபடி ஞானிகள் விழாவிற்கான தேதி குறிப்பிடப்பட்டு இந்த வருடம் ஞானிகள் விழா பெரிய ஏரி அரண்மனையில் நடப்பதாக ஊரெங்கும் சேதி பரவியது. ஊர் மக்கள் பலரும் தாமாக முன் வந்து ஏரி சீரமைப்பு பணியில் பங்கு கொண்டது அவர்கள் மனதில் ஏரியின் சீரமைப்பு பற்றிய ஆசையை வெளிப்படுத்துவதாக இருந்தது.

என்.சி.சி. மற்றும் என்.எஸ்,எஸ், மாணவர்கள் அல்லாமல் அவர்களின் நண்பர்கள் அவர்கள் வயதொத்த உறவினர்கள் என்று ஒரு பெருங்கூட்டமே ஏரி சீரமைப்பு பணியில் களம் இறங்கி இருந்தது. கரையில் இருந்து அரண்மனை வரை மட்டுமே ஏரிக்குள் வளர்ந்திருந்த புதர்களையும் மரங்களையும் நீக்குவதாக இருந்தத் திட்டம், மக்களின் பேராதவரால் அரண்மனையை தாண்டியும் புதர்கள் நீக்கப்பட்டது.

பஞ்சாயத்து சார்பில் ஏரியின் கரைகளைப் பலப்படுத்தும் வேலை ஒரு பக்கம் நடந்து கொண்டிருந்தது. எத்தனையோ குறுநில மன்னர்களையும் ஜமீன்தார்களையும் பார்த்த அரண்மனை வெகு ஜனங்களின் பாமர மக்களின் அன்பால் திகைத்து போய் நின்றது. கவனிப்பாரற்று, ஆதரவற்று அனாதையாகக் கிடந்த தனக்கு, பொன்னும் மணியும் பூட்டி வண்ணங்கள் பூசி அழகு செய்ததை எண்ணி அரண்மனை புதுமணப் பெண் போல் மகிழ்ச்சியில் திளைத்தது.

ஏரியையும் புதுப்பிக்கப்பட்ட அரண்மனையையும் பார்க்க மக்கள் தினமும் சாரை சாரையாய் வந்து போயினர்.

★★★

8

ஞானிகள் திருவிழா நாளும் வந்தது. ஊரே உயிர்த்தெழுந்தது. உற்சாகம் கரை புரண்டது. காலத்தை வென்ற அரண்மனைக்கு திடீரென புதுப்பொலிவு வந்து சேர்ந்தது. ஊர்முழுக்க ஆங்காங்கே அரண்மனை படம் போட்ட பேனர்களில் ஞானிகள் விழா கொண்டாட்டம் பற்றிய அறிவிப்புடன் ஊர் பரபரப்பாக இயங்கியது. ஜோதிடர் மணிமாறன் ஏற்கனவே பல ஆண்டுகளாக ஊருக்குள் குருப்பெயர்ச்சி மற்றும் சனிப்பெயர்ச்சி தினங்களில் பெரிய அளவில் ஆன்மீக பூஜைகள் மற்றும் அன்னதானம் முதலியவற்றைத் தொடர்ந்து செய்து வந்ததினால் அவருக்கு நெருக்கமான பல ஆன்மீக அன்பர்கள் இந்த ஆன்மீக விழாவை முன்னெடுத்தனர்.

அதுவும் முதன்முதலாக பெரிய ஏரி அரண்மனையில் இப்படிப்பட்ட ஒரு விழா நடக்க இருப்பதை அறிந்த மக்கள் மிகுந்த உற்சாகத்தோடு ஈடுபடத் தொடங்கினர். ஏரியைத் தூய்மைப்படுத்தும் பணி மேலும் மேலும் விரிவடைந்து கொண்டேச் சென்றதை பாபுவும் ராஜதுரையும் சற்றும் எதிர்பார்க்கவில்லை. வெறுமனே ஏரியை சுத்தம் செய்யலாம் என்று அழைத்திருந்தால் இத்தனை பேர் வந்திருப்பார்களா என்பது சந்தேகமே.

விழாவுக்கு முதல் நாள் பாபுவும் ராஜதுரையும் விழா நடக்கும் இடத்தை பார்வையிட வந்த போது வியப்பின் எல்லைக்கே சென்று விட்டார் பாபு. அரண்மனையின் முற்றத்தில் மிகப்பெரிய பந்தல் போடப்பட்டிருந்தது. பூஜை நடத்துவதற்காக அமைக்கப்பட்ட பெரிய மேடையும, அலங்கார வளைவுகளும் ஏரியையும் அரண்மனையும் அலங்கரித்தன.

ஆயிரம் பேருக்கு மேல் அமரக் கூடிய பெரும் பந்தலைப் பார்த்து இருவரும் திகைத்துப் போயினர். பந்தலுக்கு வெளியே வரிசையாக ஆங்காங்கே ஓலை வேய்த சிறு குடில்கள் அமைக்கப்பட்டிருந்தன. இரண்டு பந்தல்கள் பக்கத்தில் தண்ணீர்பந்தல் என்ற பலகை தொங்கியது. இருவரும் மெல்ல கரையில் இருந்து இறங்கி அரண்மனையை நோக்கி நடந்தனர்.

ஒரு மாதத்திற்கு முன் முள்ளும் புதருமாய் கருவேல மரங்களுமாய் அடர்ந்து கிடந்த ஏரி இன்றைக்கு பார்க்க பரவசமூட்டும் தோற்றத்தை அடைந்து விட்டது.

அரண்மனையை நெருங்க நெருங்க ஆங்காங்கே ஊர்ப் பெரியவர்கள் சிலர் நின்று பேசிக் கொண்டு வேலைகளை மேற்பார்வையிட்டுக் கொண்டு இருந்தனர். வாட்ட சாட்டமாய் வெள்ளை வேட்டி சட்டையில் அங்கு நின்றிருந்த ஒருவரிடம் பாபுவை அழைத்துச் சென்ற ராஜதுரை, "ஐயா வணக்கம் இவர்தான் நாங்க சொன்ன பாபுங்கறவர்" என்றதும் இரு கைகளையும் கூப்பி வணங்கிய அந்தப் பெரியவர், "எத்தனையோ வருஷத்துக்கு அப்புறம் இந்த ஊருக்கு நீங்க வந்த பிறகுதான் இந்த ஏரிக்கு விடிவு காலம் கிடைத்தது கடவுளோட சித்தம்" என்று கூறி பாபுவை கட்டிக் கொண்டார்.

"உங்களைப் பத்தின எல்லா விவரத்தையும் ராஜதுரை சொன்னார். நீங்க 45 வருஷத்துக்கு முன்னாடி ஓடியாடி மகிழ்ந்த ஏரி மாதிரியே இந்த ஏரியை பழையபடி ஆக்கிட்டோமான்னு சொல்லுங்க?" என்றார்.

பதிலுக்கு பாபு, "இவ்வளவு பெரிய காரியத்தை நீங்கல்லாம், இப்படி இவ்வளவு சுலபமா செஞ்சிருவீங்கன்னு நான் நினைச்சுக்கூடப் பார்க்கல" என்றார். "அதென்ன அப்படி சொல்லிட்டிங்க, ஞானிகள் விழா பல நூறு வருஷமா இந்த சுத்து வட்டார பகுதியில உள்ள 50க்கும் மேற்பட்ட கிராமத்து ஜனங்க கொண்டாடற விழா இல்லையா? அதனால 50 கிராமத்து ஜனங்களும் வந்தா தாக்கு புடிக்கிற மாதிரி எல்லா ஏற்பாடும் நம்ம ஜோதிடர் மணிமாறன் சொன்னபடி செஞ்சிட்டோம். ஒரே கல்லுல இரண்டு மாங்கா. ஒண்ணு சிறப்பா ஞானிகள் விழாவை கொண்டாடி ஞானிகளோட அருள நம்ம ஊர்ஜனங்களுக்கு வாங்கித் தர்றோம். கூடவே நம்ம ஊர்க்கிணறு, குளம், குட்டை எல்லாத்துக்கும் ஆதாரமா இருக்கிற இந்த ஏரியையும் சீராக்குறோம்... உங்களோட இந்த யோசனை எங்களுக்கு ரொம்ப சந்தோசத்தை கொடுத்தது. அதனாலதான் நாங்களும் முழு மனதோட காரியத்துல இறங்கிட்டோம்" என்றார் அந்தப் பெரியவர்.

ராஜதுரையை பார்த்து மெல்லிய குரலில் "இவர் யாருன்னே நீ சொல்லலியே" என்றார் பாபு. தலையை சொறிந்தபடி தணிந்த குரலில், "டேய் பாபு, நம்ம மணிமாறன் சொன்னாரே பணக்கார உர வியாபாரி, பெரியண்ணன் இவர்தான் அது" என்றார் ராஜதுரை.

இவர்கள் பேசிக் கொண்டு இருந்தபோதே ஏரியின் கரையில் இருந்து குழந்தைகள் சுற்றி விளையாடும் ரங்க ராட்டினம் வந்து கொண்டு இருந்தது. "டேய் இது என்னடா? குழந்தைங்க

விளையாடற ரங்கராட்டினம் வருது" என்றார் பாபு. "அது மட்டுமில்லடா நாளைக்கு குழந்தைகளும் பெரியவர்களும் மகிழும் விதமாக குடை ராட்டினம் போன்ற பல விஷயங்களும் இன்று இரவுக்குள் வந்துவிடும்" என்றார் ராஜதுரை.

அங்கிருந்த மற்றப் பெரியவர்களிடம் ராஜதுரை பாபுவை அறிமுகப்படுத்தி வைத்தார். சற்று நேரம் பேசி இருந்து விட்டு அவர்களிடம் விடை பெற்று இருவரும் ஏரிக்கரையில் உள்ள அரச மரத்தடியை அடைந்தார்கள். பாபு ஒரு மெல்லிய பூரிப்பான மனநிலையில் தன் கால்கள் தரையை விட்டு எழும்பி மிதப்பது போல் உணர்ந்தார்.

"சத்தியமா சொல்றேன்டா ராஜதுரை, இப்படியெல்லாம்கூட ஒரு விஷயத்தை செய்ய முடியுமான்னு என்னால் நம்பவே முடியலை" என்றார். பாபுவைக் கட்டிக் கொண்ட ராஜதுரை, "45 வருஷம் கழிச்சும் இந்த ஊரையும் இந்த ஏரியையும் நண்பர்களையும் மறக்காம நீ இருக்கிறப் பாரு அதுதாண்டா பெரிய விஷயம். உன்மன ஆசை மற்றும் எண்ணத்தோட வலிமைதான் இதை நடத்துது. அதை நினைச்சா எனக்கும் கூட ரொம்ப பெருமையா இருக்கு" என்றார் ராஜதுரை.

ராஜதுரை கைகளை இறுக்கி பிடித்தபடி "இந்த ஏரி, இந்த அரண்மனை, இப்படி நெட்டுக்கும் பரந்து கிடக்கும் பச்சை மலைத்தொடர் இப்படி ஒரு ரம்மியத்தை நான் என்னமோ இப்பதான் முதல்தடவையா பாக்கிற மாதிரி என் மனசுல ஒரு உற்சாகம் பொங்குது" என்றார் பாபு. "இந்த ஒரு மாசத்துல இதை நீ எத்தனை தடவைடா சொல்லுவ" என்றார் ராஜதுரை.

"இல்லடா ராஜதுரை, ராஜஸ்தான்ல உதயபூர் என்ற ஊர் இருக்கு. அந்த உதயபூரில் ஒரு அழகிய அரண்மனையும் அருகில் ஒரு பெரிய ஏரியும் இருக்க அந்த ஊரைச் சுற்றி அடுக்கடுக்கா மலைத்தொடர்கள் இருக்கும் அழகை வாழ்நாளெல்லாம் பார்த்து ரசிக்கலாம். அந்த ஊரில் நான் இரண்டாண்டுகள் வேலை பார்த்தேன்.

அந்த ஊரோடு நமது ஊரை ஒப்பிட முடியாது என்றாலும், நான் ஒவ்வொரு நாளும் நமது ஊர் ஏரியையும், இந்த அரண்மனையையும் இப்படி சுற்றிலும் நீண்டு கிடக்கும் பச்சை மலைத் தொடரையும் நினைத்து கொள்வேன். என் ஊணோடும் உணர்வோடும் கலந்து போனது இந்த ஊர். ஏதோ ஒரு நாளில் திடீரென இந்த ஊரை விட்டு, உங்களைப் போன்ற நண்பர்களை

விட்டு, பிரித்து அனுப்பப்பட்ட போது வேரோடு பிய்த்து எறியப்பட்ட ஒரு செடி போல வாடி வதங்கி துவண்டு சோர்ந்து போனேன். என் மீது கோபம் கொண்டு என் மாமா என்னை திடீரென என்னோட அம்மா அப்பாவிடம் அனுப்பிய அதிர்ச்சியிலிருந்து மீள வெகு நாள் ஆனது. தினமும் இரவு என் கனவுகளில் நண்பர்களாகிய நீங்களும் ஏரியும் நீர்க்கோழியும் வந்து கொண்டே இருந்தீர்கள். அந்த வலி என்னவென்று உனக்குச் சொன்னால் புரியாது. உதயபூர் என்ற ஊரின் அந்த அழகை ரசிக்கும் தருணங்களில் எல்லாம் என்றாவது ஒரு நாள் நான் நிச்சயம் இந்த ஊருக்கு வருவேன் என்று எனக்கு நானே சொல்லிக் கொள்வேன்.

நீயே நினைச்சுப் பார்டா. அதோ தூரத்தில் தெரியும் பெருமாள் மலைக்கு வருஷா வருஷம் புரட்டாசி மாதத்தில் எத்தனை உற்சாகமாய் போய் வருவோம் என்று. அந்த 1500 படிக்கட்டுகளை அநாயசமாக நாம் ஏறிப் போனதை இன்றைக்கு நினைத்துப் பார்த்தால் கூட ஆச்சரியமாக இருக்கிறது. மலைக்கு போகும்போது அந்த பெரும் கூட்டத்தோடு கூட்டமாக நாம ஓடியும் ஒளிந்தும் விளையாடியும், பேசியும் சிரித்தும் மலை ஏறியதை இன்று நினைத்தாலும் மலைப்பாக இருக்கிறது. வெறும் 10 பைசாவிற்கும் 20 பைசாவிற்கும் கை நிறைய கொய்யாப் பழங்கள் வாங்கி தின்றபோது கிடைத்த மகிழ்ச்சியை இன்றைக்கு எத்தனை லட்சம் செலவழித்தாலும் பெற முடியுமா என்ன?" என்றார்பாபு.

"ஆமாண்டா, ஒரு வருஷம் நாமெல்லாம் மலை ஏறி இறங்கின பிறகு மலையை சுத்தி வரலாம்னு கிளம்பி போய் வழியில குடிக்க கூடத் தண்ணி கிடைக்காம அல்லோலப் பட்டது ஞாபகம் இருக்கா?" என்றார் ராஜதுரை. "அதையெல்லாம் மறக்க முடியாமத்தானேடா இன்னைக்கு இப்படி இந்த ஊரில் வந்து நிக்கறேன்" என்றார் பாபு.

★★★

9

ஞானிகள் விழா நடக்க தொடங்கியதும் ஊரார்கள் மற்றும் நண்பர்கள் அனைவரும் அதே அரச மரத்தடியில் ஏரிக்கரையில் கூடினர். நிகழ்ச்சிகள் எல்லாம் தானே சிறப்பாக நடந்தன. சுற்றுவட்டார மக்கள் எல்லோரும் வந்ததால் அதீத மக்கள் கூட்டத்தால் ஏரியும் அரண்மனை வளாகமும் நிரம்பி வழிந்தது. நண்பர்கள் எல்லா வேலைகளையும் ஆளுக்கொன்றாகப் பிரித்து

கொண்டனர். அந்த ஊருக்கு வாராது வந்த மாமனிதன் போல் பாபுவிடம் பேசுவதும் ஆலோசிப்பதுமாக அவரவர் பணியை மேற்கொண்டனர்.

எல்லாவற்றையும் வேடிக்கை மட்டும் பார்த்து மகிழ்ந்த பாபு மனதில் புதிதாக ஆசை ஒன்று உருவானது. இந்த ஏரி தான் சிறு வயதில் பார்த்தது போல், நீர்நிரம்பி கரையில் பெரிது பெரிதாக அலை அடிப்பது போல் கற்பனை செய்தார் பாபு.

மாலை கழிந்து மெல்ல இருட்டும் நேரத்தில் கிட்டத்தட்ட அந்த பகுதி பெரும் அமைதியை கண்டது. நண்பர்கள் ஒவ்வொருவராக விடைபெற்று பிரிந்தனர். பாபுவும் ராஜதுரையும் ஊருக்குள் வந்து அவரவர் இருப்பிடம் சேர்ந்தனர்.

அறையில் வந்து படுத்த பாபு தாம் காலையில் இருந்து பார்த்ததையும் களித்ததையும் எண்ணி எண்ணி மகிழ்ச்சியில் திளைத்துக் கொண்டிருந்தார். படுக்கையிலிருந்து ஒரு அடி உயரத்தில் மிதப்பது போல் பாபு உணர்ந்ததை என்னவென்று சொல்வது?

மெல்ல மெல்ல அயர்ச்சியினால் பாபு ஆழ்ந்து உறங்கிக் கொண்டிருந்த போது பெரும் இடியும் ஓசையுமாய் மழை பெய்ய தொடங்கியது. எழுந்து ஜன்னல் வழியே வெளியே பார்த்த பாபுவுக்கு உற்சாகம் பீரிட்டது. தன் ஆசைகள் இப்படி அற்புதமாய் நிறைவேறும் என்று யார்தான் எண்ணி பார்க்க முடியும்.

அந்த வாரம் முழுவதும் தொடர்மழையில் ஊரே வெள்ளக் காடாகியது. பச்சை மலை கொல்லிமலை பகுதியில் பெய்த பெரு மழையால் பெரிய ஏரி நிரம்பி வழிந்தது. ஞானிகள் விழா நடத்த 15வது நாள் சொல்லி வைத்தது போல் ஏரி நிரம்பி வழிந்து கடை போயிற்று. ஊர்மக்களே திரண்டு வந்து ஏரிக்கரையில் நின்று ஏரிக்குள் கம்பீரமாய் வண்ண மாலை அணிந்து நின்ற அரண்மனையை பார்த்து ரசித்தனர். கடல்போல் காட்சியளித்த ஏரியின் நடுவே பெருமிதம் பொங்க தலைநிமிர்ந்து நின்று கொண்டிருந்தது அரண்மனை. கடந்த கால கதைகளைச் சொல்ல வந்தது போல, மெல்ல முணுமுணுத்தபடி கரைகளைத் தொட்டுச் சென்றன சிறுசிறு அலைகள்.

தூரத்தில் நீர்க்கோழிகள் மட்டற்ற மகிழ்ச்சியுடன் நீந்திக் கொண்டிருந்தன. தன் மகிழ்ச்சியை வெளிப்படுத்த தண்ணீருக்கு வெளியே தலையைத் தூக்குவதும், புதையலைத் தேடுவதுபோல் நீருக்குள் மூழ்குவதும் பார்க்க பார்க்க பரவசமாய் இருந்தது பாபுவுக்கு. இதெல்லாம் கனவா நனவா என்று பாபுவுக்கேப் புரியவில்லை.

முற்றும்

படித்தவர்களின் பார்வையில்....

சிறு வயதில் பள்ளி அறையின் நான்கு சுவர்களுக்குள் கற்றுப் பெற்ற பாடங்களை விட தோப்புகளிலும் வயற்காடுகளிலும் கிணற்று மேட்டிலும் ஆற்றங்கரையிலும் பெற்ற அனுபவங்கள் இன்றுவரை உடன் வருவதை உணர்கிறோம். அன்று வீரசாகசமாகவும், உணர்ச்சி மேலிட்டாலும் செய்த குறும்புக் காரியங்கள் இன்று சற்று ஆச்சரியமாகவும் சில சமயம் அபத்தமாகவும் தோன்றினாலும், மொத்தத்தில் உவகையுடன் நினைவில் தவழ்பவை. ஆசிரியரே முன்னுரையில் கூறியதுபோல, இந்த அனுபவக் கதைகள் ஏறக்குறைய பல நடுவயது வாசகருடைய சொந்த அனுபவங்களுடன் பெரிதும் ஒத்துப் போகும். ஆனால் தற்காலத்தியவர்களின் (2000 கிட்ஸ்) இளமைக் காலங்கள் பெரும்பாலும் கைப்பேசியிலும், கணினியிலும் கழிந்து விடுவதால் இயற்கை நிகழ்வுகளை துய்த்து மகிழும் வாய்ப்புகள் குறைவே.... ஒருவித மெய் நிகர் உண்மை நிலையிலேயே *(Virutual Reality)* புகலிடம் தேடி திருப்தியடைந்து விடும் மனிதர்களை இந்தக் காலக் கட்டத்தில் காண்கிறோம். இவர்கள் அடைய தவறிய சந்தோசங்களையும் வழிகளையும் கதை மாந்தன் பாபுவுக்குள் உயிரூட்டி நமக்கு நினைவூட்டுகிறார் ஆசிரியர். இந்த கதைகளின் மூலம் 70-80 காலத்திய வாழ்வுமுறை, பள்ளி அமைப்பு, கல்வி அமைப்பு, சமுதாய நிலை போன்றவைகளை நம் முன் நிறுத்தியதோடல்லாமல் வருங்கால சந்ததியரும் அறிந்து கொள்ளும்படியான காட்சிகளை அமைத்தது மிகவும் மெச்ச வேண்டியது.

வில்லியம் வொர்ட்ஸ் வொர்த் சொன்ன *The Child is the Father of man* என்றதன் உட்பொதிந்த கருத்தான இளம்பருவத்தில் இயற்கையின் மேலே ஏற்படும் ஈர்ப்பும் வியப்பும் பின்னாளில் நாம் நல்ல மனிதராக நிலைக்கும் முதிர்ச்சியை அளிக்கும் என்பது பேருண்மை. இயற்கை நமக்கு அருளிய பாடங்களை மீட்கொணர்ந்து சுவையான கதையனுபவத்தை அளித்த ஆசிரியருக்கு நன்றி கலந்த பாராட்டுக்கள்....

ஆர். பாஸ்கரன்.

ரௌத்திரம் பழகியவனுக்கு வாழ்தல் என்பது எளிமையாக இருக்குமா என்ன? சுயநலத்தில் திளைத்துக் கிடக்கும் மனிதர்களிடையே பொதுநலம் பேசினால் என்னவாகும்? ஆசிரியரின் போதனையால் நற்பண்புகள் வேரூன்றிய வங்கி ஊழியர் பாபு, அப்பண்புகள் மனதிலிருந்து அழிந்து போகாமல் காக்க போராட்டங்கள் பலவற்றை சந்திக்கிறார். மாற்றல் என்ற பெயரில் பந்தாடப்படுகிறார்.

வன்மத்தின் உச்சமாக ஓய்வு பெறப்போகும் வயதில் பதவி உயர்வு என்ற காரணம் காட்டி வட இந்தியாவில் இருந்து தமிழகத்திற்கு தூக்கி எறியப்படுகிறார். இடமாறுதல் பாபுவுக்கு துக்கத்தையே தரும் என்ற எண்ணத்தில் இருந்த உயர் அதிகாரியின் முன் பாபு மகிழ்ச்சியில் துள்ளிக் குதிக்கிறார்.

13 வயது வரை மட்டுமே அந்த ஊரில் இருந்தாலும், இந்த நாற்பத்தி ஐந்து ஆண்டு காலமும் வானவில்லாய் தோன்றி மனதிற்கு மகிழ்ச்சியை மட்டுமே தந்து உற்சாகம் ஊட்டும் நினைவுகளைத் தரும் ஊருக்குத்தான் பாபு மாற்றப்பட்டிருக்கிறார் என்பதோ, படித்த பள்ளியையும் நண்பர்களையும் ஓடியாடி திரிந்த தெருக்களையும், நீந்தி திளைத்த ஏரியையும், சுரங்க வழியை கண்டு பிடிக்கும் நேரத்தில் காலில் போட்டு காயப்படுத்தி கொண்ட சிவன் கோயில் பிள்ளையாரையும் பார்ப்பதற்கு வாய்ப்பு கிட்டுமா? எப்போது என்று ஏங்கி தவித்த மனதுக்கு ஆறுதலாகவே கிடைத்தது இந்த இடமாறுதல் என்ற மகிழ்ச்சியில்தான் பாபு துள்ளிக் குதிக்கிறார் என்பது உயர் அதிகாரிக்கு தெரியாது பகைவரின் முன் மகிழ்ச்சியாக இருப்பதே முதல் வெற்றிதானே.

தன் இளமைக்கால நினவுகளுடன் தன் ஊருக்கு வருபவருக்கு, மனிதனின் சுயநலத்தால் சூறையாடப்பட்டு கழிவுநீரால் கலங்கிக் கிடக்கும் சின்ன ஏரியும் பொலிவிழந்த அரண்மனையை மத்தியில் கொண்டு மரங்கள் மண்டிப் போய் கேட்பாரற்றுக் கிடக்கும் பெரிய ஏரியும், உடைந்துபோன படிக்கட்டுகளைக் கொண்ட தெப்பக்குளமும்... மனதில் வலியை ஏற்படுத்துகின்றன.

நண்பர்கள் உதவியுடன் பாபு மேற்கொண்ட நடவடிக்கைகள் என்ன? அவை எவ்வாறு மீட்டெடுக்கப்பட்டன, புனரமைக்கப்பட்டன என்பதை ஆசிரியர் அழகாக தெளிவாக எடுத்துச் சொல்கிறார். கதைக்களம் காவிரி புரண்டோடும் திருச்சி மாவட்டத்தில் இருந்து 40 கிலோ மீட்டர் வடக்கேயுள்ள துறையூர்.

இயற்கை எழில் கொஞ்சும் கொல்லி மலை, பச்சை மலை சூழ்ந்த அரண்மனையை நடுவே கொண்ட பெரிய ஏரியையும் 1500 படிக்கட்டுகள் கொண்ட பெருமாள் மலையையும், சின்ன ஏரியையும் தன்னகத்தே கொண்டது.

துறையூரைக் கடக்கும்போது எவருக்கும் தோன்றாத உணர்வை, தோன்றினாலும் கூட நான் என்ன செய்ய முடியும் என்ற இயல்பான தப்பித்தலை தகர்த்தெறிந்து பொதுச் சொத்துக்களை மீட்க துடிக்கும் பாபு என்ற கதாபாத்திரத்தின் வழியே வாழ்ந்துகொண்டிருக்கும் ஆசிரியருக்கு மனமார்ந்த வாழ்த்துக்களும் வணக்கங்களும்.

(ரம்யா பெருமாள் கதை சொல்லி துறையூரிலிருந்து)

40, 50 ஆண்டுகளுக்கு முந்தைய குழந்தைகள் உலகத்தை உயிர்ப்புடன் காட்சிப் படுத்தியிருப்பதன் மூலம் குழந்தை இலக்கியமாகவும், தற்போதைய முதிர் பருவத்தினருக்கு ஏதோ ஒரு வகையில் தங்கள் குழந்தைப் பருவத்தோடு அடையாளம் காண வைப்பதன் மூலம் பெற்றோர் / பெரியோரின் வாசிப்புக்கும், உரியதாகிறது. கதையில் விவரித்துள்ள பல குழந்தை பருவ விளையாட்டுகள் (ஏரிக்கரை அனுபவங்கள், புதையல் வேட்டை, கிணற்று நீச்சல், நீர்க்கோழிகள்) அலைப்பேசியிலும் காணொளியிலும் விளையாட்டிலும் சமூக ஊடகங்களிலும் மூழ்கி கிடக்கும் தற்போதைய குழந்தைகளுக்கு கற்பனையிலும் கிடைத்தற்கரியன. கலையாத கனவுகள் ஒரு வகையில் (நிறைவேறிய கனவுகள். சிறு வயதில் வளர்ந்த ஊருக்கு பல ஆண்டுகளுக்குப் பின் திரும்பி வரும் பாபு, மாறி வரும் தொழில் / அறிவியல் வளர்ச்சியால் மாசுப்பட்டுக் கிடந்த ஊரின் இயற்கை வளத்தை நண்பர்கள் மற்றும் ஊர்ப் பெரியவர்கள் உதவியால் மீட்டெடுக்கும் முயற்சியில் வெற்றிப் பெறும் கதை. ஆக்கப்பூர்வமான சிந்தனையையும், இயற்கையைப் பேணும் தேவையையும், இந்நூலை படிப்பவர்க்கு அறிவுறுத்துவதே இந்நூலின் சிறப்பு எனலாம்.

- ஸ்ரீமதி

□

www.ingramcontent.com/pod-product-compliance
Lightning Source LLC
LaVergne TN
LVHW060113051026
849517LV00007B/2295

* 9 7 8 9 3 9 5 7 7 6 2 3 3 *